अनुबंध

शान्ता ज. शेळके

मेहता पब्लिशिंग हाऊस

✆ +91 020-24476924 / 24460313

Email : info@mehtapublishinghouse.com
production@mehtapublishinghouse.com
sales@mehtapublishinghouse.com

Website : www.mehtapublishinghouse.com

- *या पुस्तकातील लेखकाची मते, घटना, वर्णने ही त्या लेखकाची असून त्याच्याशी प्रकाशक सहमत असतीलच असे नाही.*

ANUBANDH by SHANTA J. SHELAKE

अनुबंध : शान्ता ज. शेळके / कथासंग्रह

© सुरक्षित

मराठी पुस्तक प्रकाशनाचे हक्क मेहता पब्लिशिंग हाऊस, पुणे.

प्रकाशक : सुनील अनिल मेहता, मेहता पब्लिशिंग हाऊस,
१९४१, सदाशिव पेठ, माडीवाले कॉलनी, पुणे – ४११०३०.

मुखपृष्ठ : चंद्रमोहन कुलकर्णी

प्रकाशनकाल : ऑगस्ट, १९८० / जानेवारी, १९९४ / नोव्हेंबर, १९९७ /
डिसेंबर, २००७ / फेब्रुवारी, २०१२ / पुनर्मुद्रण : जून, २०१५

P Book ISBN 9788171617524
E Book ISBN 9788184987584
E Books available on : play.google.com/store/books
www.amazon.in

माझी भावजय
काकी– सौ. कुसुमवहिनी
हिला

— शान्ताबाई

आरसा / १

मुक्तामामी / १०

लिलू / १९

वाढदिवस / २९

सुनीतीची सासू / ३९

रहस्य / ४६

कोडे / ५७

हॅम्लेट / ६७

थोरली / ७६

सावल्या / ८५

जिवती / ९१

अगम्य / १००

अनुबंध / १०८

शकुन दिवस / ११६

अ
नु
क्र
म
णि
का

✲✲

१. आरसा

✲✲

ते पत्र आल्यापासून श्रीनिवासच्या मनाची शांतता पार ढळली होती. गीता गेल्यापासून तो आधी अस्वस्थ होताच. आपल्याला दु:ख झाले आहे, की नुसताच मनाला बधिर करून टाकणारा आघात आपल्यावर झाला आहे हे त्याला कळत नव्हते. गीताच्या निधनाने तो हादरला होता. जीवनात एक पोकळी निर्माण झाल्यासारखे त्याला वाटत होते. आज जवळ जवळ वीस वर्षे त्याने आणि गीताने एकत्र काढले होती. जनरूढीच्या विरुद्ध जाऊन ती दोघे एकत्र राहात होती — लग्नाशिवाय; पण नाते लग्नाचे असो, की बिनलग्नाचे, तो संसारच होता. संसाराचे सारे बरेवाईट संदर्भ, जबाबदाऱ्या, अडचणी तिथेही होत्याच. तीच गीता अवचित जग सोडून गेल्यानंतर श्रीनिवासचे घर रिते होणे स्वाभाविकच होते. घर रिते झाले होते; पण मन रिते झाले होते का? श्रीनिवासलाच ते अजून नीटसे उमगले नव्हते. मन रिते व्हायला ते आधी भरावे लागते. गीताने त्याचे मन तसे व्यापून टाकले होते का? या प्रश्नाचे उत्तर श्रीनिवास स्वत: स्वत:शीही देऊ शकत नव्हता. गीता त्याची इतक्या वर्षांची सहचारिणी होती. ती गेल्यानंतर तिच्याविषयी कोणताही अनुदार विचार मनात आणणे कृतघ्नपणाचे होईल असे त्याला वाटत होते आणि तरीही तसेच विचार त्याच्या मनात येत होते. याच सुमाराला ते पत्र श्रीनिवासला आले होते आणि त्या पत्राने त्याचे मन:स्वास्थ्य नाहीसे करून टाकले होते.

एव्हाना श्रीनिवासला ते पत्र तोंडपाठ होऊन गेले होते. पत्रातला मजकूर मोजका आणि मुद्देसूद होता. पत्रातल्या ओळी श्रीनिवासला लखलखून आठवत होत्या. '...माझे पत्र तुम्हाला ढोंगीपणाचे वाटेल. असभ्यपणाचेही वाटेल. तरीही गीताच्या निधनाची वार्ता कळल्यापासून तुम्हाला भेटायला यावेसे फार वाटत आहे. तुमचा-माझा परिचय कधीच झाला नाही. तसा कधी योगही आला नाही. मी आणि

गीता विभक्त झाल्यानंतर मग तुम्ही तिच्या जीवनात आलात. माझा तुमच्यावर मुळीच राग नाही. उलट गीताच्या जीवनाचे तारू कुठच्या कुठे भरकटले असते, तिला तुमचा आधार लाभला याबद्दल मला बरेच वाटत होते. हे मी मनापासून लिहीत आहे. आज माझ्या मनात गीताबद्दलही रोष नाही. मी माझ्या साध्या, सरळ संसारात सुखी आहे....तुम्हाला भेटावेसे मात्र फार फार वाटते...मी तुमच्या भेटीला येऊ का? तुम्ही नकार दिला तरीही मला नवल वाटणार नाही. तुमचा होकार कळला, तर मात्र फार समाधान वाटेल एवढेच सांगतो...अनुकूल उत्तराची वाट बघत आहे. आपला, वामन वालावलकर.'

पत्र आले आणि श्रीनिवास चकरावून गेला. वामन वालावलकर. ते नावही आता त्याच्या स्मरणातून पुसून गेले होते. गीताने कधी तरी आपल्या या पहिल्या पतीचे नाव त्याला सांगितले असणारच; पण तो ते खरेच विसरून गेला होता. आता ते नाव पत्रात वाचताना त्याला विचित्र वाटले. किती गद्य, व्यवहारी नाव वाटत होते ते. एखाद्या कापडाच्या, नाहीतर किराणा मालाच्या दुकानदाराचे असावे तसे ते नाव होते. गीता आपल्या पतीबद्दल क्वचितच काही बोले. कसा असेल हा माणूस? त्याचे रंगरूप, त्याचा स्वभाव, त्याची जीवनसरणी कशी असेल? आज त्याची मन:स्थिती काय असेल? गीताच्या निधनाच्या वार्तेने तो दु:खी झाला असेल का? गीताबद्दलच्या त्याच्या भावना तरी काय होत्या?

एकाएकी या वामन वालावलकरला भेटण्याची विलक्षण उत्सुकता श्रीनिवासला वाटू लागली. तसे अपराधी वाटण्याजोगे श्रीनिवासने कुठे काय केले होते? गीता आपल्या वैवाहिक जीवनात रमून गेली असताना श्रीनिवासने जर तिला आपल्या मोहात गुंतवले असते, तर त्याला अपराध्यागत वाटण्याचा संभव होता. पण तसे काहीच त्याने केले नव्हते. गीता आणि तो एकत्र आली तेव्हा, या पहिल्या नात्याचे सारे बंध तिच्या लेखी तुटूनच गेले होते. त्या धगधगत्या अंगाराची नुसती राखसुद्धा तिच्या मनात उरली नव्हती. मग आता या वामन वालावलकरला भेटायला काय हरकत होती? वालावलकराने जे लिहिले ते मनापासून लिहिले होते. अगदी प्रामाणिकपणे, सौजन्यपूर्ण रीतीने तो श्रीनिवासला भेटू इच्छित होता. त्याला कदाचित श्रीनिवासचे सांत्वन करावयाचे असेल. कदाचित गीताबद्दल बोलण्याची त्याला अनावर इच्छा झाली असेल. कदाचित... कदाचित...

श्रीनिवासला पुढे विचारच करता येईना. एकदा त्याला वाटले, या अनोळखी परक्या माणसाला सरळ नकार द्यावा. गीता गेली. सारे संपले. आता तिच्या पहिल्या पतीला इतक्या वर्षांनंतर भेटण्यात अर्थ तरी काय होता? आणि या भेटीतून निष्पन्न तरी काय होणार होते? तरीही वामन वालावलकरच्या पत्रातून ओसंडणारी मनाची सरलता, ऋजुता त्याला कुठे तरी आतून खरेपणाने जाणवत होती. एकाएकी त्याने

आपल्या मनाशी निर्णय घेऊन टाकला आणि आपली चलबिचल, संशय वाढण्याच्या आतच त्याने वालावलकरला आपल्या भेटीला यावयाची संमती दिली. संमतीचे पत्र धाडले आणि श्रीनिवास एकदम निश्चिंत झाला. त्याची चलबिचल संपली आणि वालावलकरच्या भेटीची तो शांत मनाने वाट बघू लागला.

भेटीचा दिवस ठरला. श्रीनिवास एका बड्या, श्रीमंती थाटाच्या फर्ममध्ये भारी पगारावर नोकरी करीत होता. भेटीचा दिवस ठरला, तेव्हा त्याने त्या दिवसापुरती रजा घेतली. नोकराला आवश्यक त्या सूचना देऊन ठेवल्या. वालावलकरला जेवायलाच बोलवावे असेही त्याला वाटले; पण नाही म्हटले तरी, वालावलकर हा सांत्वनाच्या भूमिकेतून भेटायला येणार होता. अशा वेळी जेवणाची सूचना त्याला करणे फारच वाईट दिसले असते. श्रीनिवासने कॉफी, बिस्किटे आणि फळे एवढाच बेत ठरवला. वालावलकराच्या भेटीच्या कल्पनेने तो अस्वस्थ झाला होता. खरे म्हणजे श्रीनिवास बुद्धिमान होता. चतुर होता. व्यवसायाच्या निमित्ताने तो देशभर हिंडला होता. इतकेच नाही तर, परदेशातही एकदा-दोनदा जाऊन आला होता. वालावलकरचा व्यवसाय काय होता याची त्याला कल्पना नव्हती. पण श्रीनिवासच्या तुलनेने तो खूपच सामान्य परिस्थितीत दिवस कंठीत असला पाहिजे याबद्दल श्रीनिवासला शंका नव्हती. त्याच्या भेटीच्या कल्पनेने गोंधळण्याचे, अस्वस्थ होण्याचे श्रीनिवासला कारण नव्हते. तरीही या भेटीच्या बाबतीत त्याला विचित्र वाटत होते एवढे मात्र खरे. व्यवसायाच्या निमित्ताने कितीतरी परक्या, अनोळखी माणसांना भेटण्याचा श्रीनिवासवर अनेकदा प्रसंग येई. पण वालावलकरची भेट ही तशा प्रकारच्या भेटीत बसणारी नव्हती. तो अनोळखी होता. तरीही ओळखीचा होता. म्हटले तर त्याच्याशी कसलेही नाते नव्हते आणि म्हटले तर एका विलक्षण, अनाकलनीय नात्याने ते दोघेजण जोडलेले होते. जग सोडून गेलेल्या गीतापासून या नात्याचा उगम होता आणि त्या एका स्त्रीच्या नात्याने परस्परांशी निगडित झालेले हे दोन पुरुष तिच्या मृत्यूनंतर आता अचानक एकमेकांना भेटणार होते.

भेटीचा दिवस ठरलेला होताच. त्या दिवशी संध्याकाळी बरोबर सहाच्या ठोक्याला दारावरची बेल वाजली. श्रीनिवासने गड्याला बाहेर पाठवून दिले होते. या भेटीच्या वेळी तिसरे कुणीही जवळ असू नये असे त्याला का कोण जाणे मनातून वाटत होते. बेल वाजताच त्याने जाऊन स्वत: दार उघडले. दाराबाहेर एक मध्यमवयीन, प्रौढतेकडे झुकणारा, चेहऱ्यावर अवघडलेपण धारण केलेला पुरुष उभा होता. श्रीनिवासने त्याला पाहून ओळखीचे हास्य केले आणि दार पुरते उघडीत, स्वत: बाजूला होऊन तो त्याला म्हणाला,

'या, आत या ना.'

वालावलकर आत आला. तरीही संकोचाने तो काही वेळ उभा राहिला. अस्वस्थ नजरेने श्रीनिवासच्या सुसज्ज, सुंदर दिवाणखान्याकडे पाहू लागला. अशा ठिकाणी जाण्याचा त्याला फार क्वचित प्रसंग येत असावा, हे त्याच्या एकूण हालचालींवरून, आविर्भावांवरून सहजच ध्यानी येत होते. श्रीनिवासचे मन करुणेने, सहानुभूतीने भरून गेले. त्याने त्याला हाताशी धरून कोचावर आणून बसवले आणि सौम्य हसून तो त्याला म्हणाला,

'बसा असे आरामशीर. घर मिळायला त्रास नाही ना पडला फारसा?'

'छे!' वालवलकरही जरासा हसला, 'तुम्ही पत्ता व्यवस्थित कळवला होता. शिवाय फोनवरून आधी बोलणंही झालं होतं. त्यामुळे तशी काही अडचण जाणवली नाही.' तो म्हणाला.

'मग ठीक आहे.' श्रीनिवास बोलला.

पुन्हा काही वेळ दिवाणखान्यात विचित्र शांतता पसरली. त्या शांततेचे दडपण त्या दोघांही पुरुषांच्या मनावर आल्यासारखे झाले. पण त्या नि:शब्द वातावरणात दोघेही एकमेकांना प्रथमच नीट न्याहाळून बघत होते. स्वत:शी दुसऱ्याचा वेध घेत होते. त्याच्याविषयी मनातल्या मनात अंदाज बांधत होते.

श्रीनिवासने वालावलकरच्या ध्यानी येणार नाही अशा पद्धतीने, पण सराईतपणाने त्याच्याकडे बघून घेतले. दहा माणसांत सहज विसरायला होईल इतका साधा, सामान्य, व्यक्तित्वहीन चेहरा. डोक्याला पडू लागलेले टक्कल आणि कानशिलांवरून मागे हटत चाललेले करडे केस. थकलेले श्रांत डोळे. चेहऱ्यावर ओढग्रस्त जीवनाने ठळक ओढलेल्या रेषा. वालावलकरच्या साऱ्या मुद्रेत आकर्षक होते ते त्याचे हसू. त्या हसण्यात एक निर्मळ स्वाभाविकता होती. दुसऱ्याच्या मनात स्वत:बद्दल जवळीक, विश्वास निर्माण करण्याची शक्ती होती.

एकीकडे श्रीनिवास वालावलकरचे असे निरीक्षण करीत असता, वालवलकरही श्रीनिवासला जाणवणार नाही अशा बेताने त्याच्या मुद्रेचा, व्यक्तित्वाचा वेध घेत होताच. श्रीनिवासचे व्यक्तित्व आक्रमक, प्रभावी होते. चेहरा देखणा नसला तरी, प्रथमदर्शनी दुसऱ्यावर ठसा उमटवणारा होता. हालचालीत यशस्वी धंदेवाल्या माणसाचा ठाम आत्मविश्वास होता आणि या साऱ्यांतून पुन्हा एक हळवे, संवेदनशील असे मन डोकावत होते. वालावलकरला वाटले, गीतासारख्या मनस्वी स्त्रीला आपण पुरे पडलो नसतो. तिने श्रीनिवासला आपला जीवनसहचर बनवले हेच योग्य आहे. साऱ्या घटनेत त्याला एक न्याय वाटला. सुसंगती जाणवली. गीताबद्दल आता त्याच्या मनात काहीच अढी उरली नव्हती. श्रीनिवासबद्दल मनाच्या तळाशी चुकून कुठे काही कडवट भाव रेंगाळत असेल तर, तोही श्रीनिवासला प्रत्यक्ष बघताना पार ओसरून गेला. थोडक्यात सांगायचे तर, श्रीनिवासविषयी त्याचे फारच

अनुकूल मत झाले.

दिवाणखान्यातली शांतता आता असह्य होऊ लागली. दोघांनाही एकमेकांशी बोलावेसे वाटले. पण सुरुवात कुणी करायची, कशी करायची हा प्रश्नच होता. शेवटी वालावलकरच म्हणाला,

'गीताला काय झालं होतं?' प्रश्न विचारताच आपण फार औपचारिक प्रारंभ केला आहे असे त्याला जाणवले; पण यापेक्षा वेगळे काय बोलावे, कसे बोलावे हे त्यालाही कळेना.

'तसं नीट काही कळलंच नाही अखेरपर्यंत.' श्रीनिवास सांगू लागला, 'गेली दोन वर्षं तिच्या तब्येतीच्या बारीकसारीक तक्रारी चालूच होत्या. मग तिला अन्नच जाईनासं झालं. वजन उतरलं. खंगत गेली ती आणि शेवटी पंधरावीस दिवसांच्या तापाचं नुसतं निमित्त झालं...गेली. काहीशी अचानकच गेली म्हटलं तरी चालेल.'

श्रीनिवासलाही बोलताना विचित्र वाटत होते. वीस वर्षे आपल्याशी संसार केलेल्या गीताबद्दल बोलताना अगदी त्रयस्थ, अपरिचित व्यक्तीबद्दल बोलावे तशा कोरडेपणाने, वस्तुनिष्ठ दृष्टिकोनातून आपण बोलत आहोत असे त्याला वाटले. पण जो जिव्हाळा पोटातूनच जाणवत नव्हता, तो ओठांत कसा आणायचा हेच त्याला कळेना. कदाचित वालावलकरसमोर याहून अधिक भावनावश होण्याचा त्याला खोल कुठे तरी संकोचही वाटत असावा. काही असो. एकूण बोलणे फारच वरवरच्या पातळीवर, उथळपणे चालले आहे असे त्याला वाटले, आणि तरीही याहून वेगळे कसे बोलावे हे त्याला उमगत नव्हते.

'मी गीताला बरीच वर्षं बघितलीच नाही.' वालावलकर बोलू लागला, 'एकदा आमच्या मुलींच्या शाळेत कसलंसं भाषण द्यायला आली होती ती. माझ्या मुलींपासून तिचं-माझं नातं मी अन् माझ्या बायकोनंही लपवून ठेवलंय कटाक्षानं. पण मुलींना ती आवडली असावी. तिच्याबद्दल बरंच चांगलं बोलत होत्या त्या.'

वालावलकर क्षणभर थबकला. मग पुन्हा जरा अवघडून तो म्हणाला, 'तशी कुठल्या तरी एका महिला मंडळात, माझ्या पत्नीची अन् तिचीही भेट झाली होती. त्यावेळी तिनं आवर्जून माझ्या घरची, माझी, मुलांची चौकशी केली होती. आम्ही दोघं भांडून वेगळे झालो, त्यावेळी दोघांची मने एकमेकांबद्दल कडवट होती, असावीत... आता इतकं जुनं काही आठवत देखील नाही. पण निदान नंतर तरी गीताच्या मनात वैषम्य राहिलं नसावं माझ्याविषयी. माझ्या मनातही फारसा वाकुडपणा नसावा. आता तर, हे सारंच पार पुसून गेलंय. म्हणूनच तुम्हाला भेटताना अगदी निःशंक, निर्मळ मनानं मी आलो आहे. खरंच सांगतो, तुम्ही भेटायचं कबूल केलंत हा मोठेपणा आहे तुमच्या मनाचा. दुसऱ्या एखाद्यानं सरळ 'नाही' म्हटलं असतं. खरं तर, आपला संबंध तरी काय? तुमचे मी खरेच आभार मानले पाहिजेत!'

श्रीनिवासला फारच अवघडल्यागत झाले. तो चटकन म्हणाला, 'अहो, भलतंच काय? आभाराची भाषा कसली बोलता? आभारच मानायचे झाले तर, मी ते तुमचे मानायला हवेत. तुम्ही आवर्जून माझ्या दु:खात मला भेटायला आलात. काही नातं मनानं मानलंत, गीताची आठवण ठेवलीत, तुमचाच मोठेपणा आहे हा.'

'मोठेपणाची गोष्ट सोडा हो.' वालावलकर म्हणाला, 'खरं सांगू का? गीता गेली आणि वाटलं, आताच तुम्हाला भेटायला हवं. एकमेकांची काही खरी ओळख पटली तर ती आताच पटेल. ती ओळख पटवून घ्यायची उत्कट इच्छा झाली एवढं मात्र सांगतो. कारण ते अगदी खरं आहे.'

- संभाषण गती घेत होते. स्वत:च्याही नकळत, ते दोघे अनोळखी पुरुष एकमेकांच्या जवळ येऊ लागले होते. परस्परांच्या अंतरंगांचा ठाव घेत होते. काही दुवे जुळत होते. श्रीनिवासला अचानक आठवण झाली. आल्यापासून या पाहुण्याला आपण चहापाणी विचारले नाही. तो म्हणाला,

'तुम्ही कॉफी घ्याल ना?'

बोलता बोलताच त्याला शंका आली, या माणसाने आपल्याकडे काहीच घ्यायला नकार दिला तर? गीताच्या निधनाच्या निमित्ताने तो घरी आला होता हे एक कारण होतेच. पण कदाचित त्याहूनही एखाद्या वेगळ्या अंत:प्रेरणेने, काही अनामिक गूढ जाणिवेने त्याला आपल्या घरी काही खावे-प्यावेसे वाटणार नाही. तसे झाले तर? आपल्याला राग येईल? वाईट वाटेल? समाधान वाटेल?

पण हे सारे विचार श्रीनिवासच्या मनात आले असतील तोच, वालावलकर एकदम हसून म्हणाला,

'खरं तर, आज मी कॉफी वगैरे घ्यायला नकार द्यायला हवा, पण ऑफिसातून सरळ इकडंच आलोय मी. कॉफीची फार गरज आहे बुवा. खायला देखील चालेल सोबत काहीतरी.'

श्रीनिवासच्या मनावरचे दडपण एकदम दूर झाले. वालावलकरच्या सरळ, मुग्धपणाने त्याच्या काळजाचा ठावच घेतला. तो भरकन् स्वयंपाकघरात गेला आणि कॉफी तयार करून बाहेर घेऊन आला. बरोबर बिस्किटे होती. फळे होती. इतकेच नव्हे तर, घरातल्या डब्यांतून मिळालेले आणखी काही खाण्याचे पदार्थही त्याने बश्या भरून आणले होते. टीपॉयवर ते सारे पदार्थ ठेवीत तो मन:पूर्वक म्हणाला,

'या वालावलकरसाहेब, मलाही भूक लागली आहे. अगदी संकोच न करता घ्या बघू सारं काही.'

वालावलकरने एक-दोन पदार्थ तोंडात टाकले आणि गरम कॉफीचा घोट घेऊन त्याने समाधानाचा, तृप्तीचा नि:श्वास सोडला. मग अचानक त्याने श्रीनिवासकडे

सरळ रोखून पाहिले आणि तो म्हणाला,

'एक विचित्र प्रश्न विचारू?'

श्रीनिवास दचकला. कॉफीचा कप दूर करून प्रश्नार्थक नजरेने तो वालावलकरकडे बघत राहिला.

'माफ करा, खाजगी प्रश्न विचारतो आहे. पण गीता आणि तुम्ही सुखात होता का? विशेषत: गीता सुखी झाली का?'

श्रीनिवासला वालावलकरच्या प्रश्नाचा राग आला. पण रागावता रागावताच तो एकदम अंतर्मुख झाला. वालावलकरच्या प्रश्नात, आपणाला अपमानकारक असे काही नाही, हे कसे कोण जाणे त्याच्या ध्यानात आले. त्याने भुवया आकुंचित केल्या. काहीसे आठवण्याचा प्रयत्न केला आणि तो म्हणाला,

'गीता सुखी होती की नाही सांगणं अवघड आहे. तशी ती समाधानी दिसायची. पण, खरं सांगू? तशी गीता मला फारशी कधी समजलीच नाही. थांग नाही लागला तिचा मला कधी.'

'एकूण, गीता कधी बदललीच नाही म्हणायची.' वालावलकर स्वत:शीच पुटपुटावे तसा बोलला.

'म्हणजे काय? ती बदलली नाही असं कोणत्या अर्थानं म्हणता तुम्ही?' श्रीनिवासने कुतूहलाने विचारले.

'तुम्ही विचारताच आहात तर सांगतो सारं काही,' वालावलकर म्हणाला. त्याने भुवया आकुंचित केल्या. जुने काही आठवण्याचा तो प्रयत्न करीत असावा. क्षणभराने कपाळावरून हात चोळीत तो म्हणाला,

'कसं सांगू? सांगणं अवघड आहे मोठं. गीताचं नि माझं लग्न झालं ते घरच्या माणसांच्या संमतीनं. तेव्हा ती लहान होती. मीही पोरसवदा होतो. भातुकलीचा खेळ असावा, तसा संसार होता आमचा. आम्ही घर मांडलं. मला पैसे कमी मिळत. गीता नीटशी कधी उमगली नाही. फुलली नाही. ती अस्वस्थ दिसे. तिला सतत काही तरी निराळेच हवे असायचे. काय ते मला कळलं नाही. तिलाही कळलं नाही. ती शिकू लागली. बी.ए. झाली. आमचा पैसा वाढला. एक मूल झालं. गेलं. पुढे पुढे आमचं बोलणंच संपलं. तसं भांडण नव्हतं, तंटा नव्हता, काही नव्हतं. मला वाटतं, ती एकूण माझ्या घरालाच कंटाळली. एक दिवस सरळ माहेरी निघून गेली. मीही भांडणतंटा केला नाही. तिला मोकळीक हवी होती. ती मी तिला दिली. मी माझ्या वेगळ्या मार्गाला लागलो. संपलं!'

वालावलकर बोलायचा थांबला. किती निर्विकारपणे बोलत होता तो. पण त्यातून श्रीनिवासला गीताची एक नवी ओळख पटत गेली. कशी होती गीता? खरे म्हणजे, त्यालाही ते नीटसे उमगले नव्हते. गीताने पुढे शाळेत नोकरी धरली होती.

कुठल्याशा एका लग्नसमारंभात त्याची व गीताची ओळख झाली. प्रथमदर्शनी ती त्याला आवडली. मग भेटी, फिरणे, चारदोन सिनेमे. त्याने तिला मागणी घातली. तिने आपला पूर्ववृत्तांत त्याला सांगितला होता. काहीच लपवून ठेवले नव्हते. गीताचे पूर्वी एक लग्न झाले होते यात श्रीनिवासला काही आक्षेपार्ह वाटले नाही. त्याने तिच्याशी लग्न केले. आपल्या व्यवसायात तो वर वर चढत गेला. घरात पैसा आला. अनेक सुखसोयी आल्या. संसार झाला. पण-संसार झाला इतकेच. यापेक्षा जास्त त्याला गीता खरोखरच उमगली नव्हती...

- दिवाणखान्यातल्या शांततेची आता कुठे त्याला जाणीव झाली. वालावलकरचे बोलून संपले होते. आता श्रीनिवासने काही बोलावे असे त्याला वाटत असणार. त्याच अपेक्षेने तो श्रीनिवासकडे बघत होता. पण काय बोलावे ते श्रीनिवासला उमगत नव्हते. तो हताशपणे किंचित हसला आणि वालावलकरला म्हणाला,

'तुमचा हेवा वाटतो मला. किती थोडक्यात तुम्ही तुमच्या संसाराचा आढावा घेतला. पण मला तसं काहीच सांगता येत नाही. एवढंच सांगतो की, मलाही गीता कधी कळली नाही. तशी ती हसे-खेळे. आनंदानं वागे. निदान आनंदात असल्यासारखी दिसे. पण आम्हा दोघांत अलिप्ततेचा एक पडदा कायम राहिला. गीताला मूल हवं होतं का? तेही मला कळलं नाही, तशी तिनं कधी असोशीही दाखवली नाही. ती तृप्तही नव्हती. तिनं जीव टाकून कधी माझ्यावर प्रेमही केलं नाही. कधी ती माझ्याशी कडकडून भांडलीही नाही. तिनं माझ्याकडे कधी काही मागितलंही नाही. जीव भरून मला कधी काही दिलंही नाही. आता ती गेली. सारं संपलं. घर रितं झालं पण मन रितं झालं का? कळत नाही मला. कारण गीतानं माझं मन कधी भरूनही टाकलं नाही.या प्रकाराचा उलगडाच होत नाही मला. माफ करा. मी फार बोलतो आहे. कदाचित अप्रस्तुतही बोलत असेन. पण मला वाटतं, मी जे बोलतो आहे त्याचा अर्थ तुम्हीच जाणू शकाल.'

वालावलकर क्षणभर स्तब्ध राहिला. मग तो म्हणाला, 'मला वाटतं, गीता स्वयंपूर्ण होती. स्वत:च ती संतुष्ट होती. तिला कधी कुणाची गरजच भासली नसावी. तिनं दोन लग्नं केली. दोन संसार थाटले. पण मला वाटतं, तिला त्याची आवश्यकताच नसेल. अशा स्त्रिया असतात का? कुणास ठाऊक! निदान गीता तशी होती. असावी.'

'तिला नेमकं काय हवं होतं, मला कधीच कळलं नाही.' श्रीनिवास स्वत:शीच बोलावे तसा बोलला.

'मलाही समजलं नाही ते.' वालावलकर म्हणाला. मग अचानक काहीसे आठवल्यासारखे करून तो बोलला,

'गीताचा एखादा फोटो आहे? मला...मला तिला बघावंसं वाटतं. तुमची

हरकत नसेल तर-'

'हरकत कसली त्यात?' श्रीनिवास चटकन उठून म्हणाला, 'थांबा. बेडरूममध्ये फोटो आहे तिचा. घेऊन येतो.'

तो आत जाऊन गीताचा फोटो घेऊन आला. वालावलकरने फोटो घेतला. तो त्याकडे बघू लागला. गीतात फारसा फरक पडला नव्हता. तेच आत्ममग्न डोळे. तेच घट्ट मिटलेले ओठ. चेहऱ्यावर तोच परका, दूरस्थ, स्वतःत रमलेला भाव. फोटोकडे टक लावून बघून वालावलकरने एक हलका निःश्वास सोडला. मग त्याने तो फोटो दूर ठेवून दिला.

'तुम्हाला...तुम्हाला या फोटोची एखादी प्रत हवी आहे का?' श्रीनिवास संकोचाने म्हणाला, 'हवी असेल तर देतो.'

'छे. मला काय करायचा आहे फोटो?' वालावलकर चटकन् म्हणाला. मग अचानक एक गूढ वाक्य तो बोलला. तो म्हणाला, 'मला वाटतं, गीता हा एक आरसा होता. आरशाला स्वतःचं रंगरूप नसतं. भावना नसतात. गीता तशीच होती. त्या आरशात एकदा माझं प्रतिबिंब उमटलं. एकदा तुमचं. पण आरशाला ना त्याचं सुख, ना दुःख. आज आरसा फुटलाय. पण त्याच्या फुटलेल्या काचांत आज आपली दोघांची प्रतिबिंब एकत्र उमटली. आपण दोघे एकमेकांच्या जरा अधिक जवळ आलो...'

श्रीनिवास विस्मयाने थक्क झाला. हा सामान्य, व्यक्तित्वहीन दिसणारा माणूस असे काही बोलेल याची त्याला कल्पनाही नव्हती. आरसा. तो गीताच्या व्यक्तिमत्त्वाच्या या नव्या अर्थाची स्वतःशी ओळख पटवून घेऊ लागला.

संध्याकाळ दाटत चालली होती. दिवाणखान्यात काळोख भरत होता. गीताचा फोटो अस्पष्ट होत होता आणि ते दोन अनोळखी, परके पुरुष एकमेकांसमोर बसून आपणांमध्ये जडलेल्या या नव्या नात्याचा विचार करीत होते. अर्थ लावीत होते. फुटक्या आरशात उमटलेली एकमेकांची प्रतिबिंबे बघत होते.

■

**

२. मुक्तामामी

**

त्या वेळी माझे वय बारा-तेरा वर्षांचे असावे. इंग्रजी दुसरीत होते मी तेव्हा. त्या दिवशी दुपारी मी शाळेतून घरी आले ती रागाने तणतणतच. मी नेसून गेलेला परकर-पोलका खूप मळकट असल्यामुळे शाळेतल्या माझ्या मैत्रिणींनी माझी भरपूर टिंगल केली होती, म्हणून मी चिडले होते. घराच्या दारातून आत पाऊल टाकताच मी ओरडून म्हणाले,

'आई, तू मुक्ताबाईंना आधी कामावरून काढून टाक. कसले मळकट ठेवतात त्या कपडे! नीट धुणीसुद्धा धूत नाहीत. त्यांनी धुतलेले कपडे मी मुळी अंगातच घालायची नाही! सांगून ठेवते बघ तुला!'

माझे वाक्य पुरे झाले असेल नसेल तोच, स्वयंपाकघरातून एक अगदी गोड, मंजुळ, आर्जवी स्वर माझ्या कानावर आला. आतून कुणी तरी बोलले,

'अगं बाळा, माझ्याकडून जेवढं बळ लावता येईल तेवढं लावून मी कपडे धुते, भांडी घासते. आता आणखी कशी कामं करू सांग बरं? निदान मला कामावरून तरी काढून टाकू नकोस ग. गरिबाच्या पोटावर असं मारू नये!'

कोण बोलत होते हे? आमची कामवाली मुक्ताबाई तर खासच नव्हे. तिचा आवाज कसला भसाडा आहे. मग इतक्या गोड स्वरात हे बोलते आहे तरी कोण? अनावर कुतूहलाने मी स्वयंपाकघरात पाऊल टाकले. तिथे चुलीजवळच एका पाटावर, वयाने ऐन तिशीत असलेली एक बाई बसलेली होती. मला पाहून ती मिष्किलपणे हसली. तिचे ते हसणे किती गोड होते म्हणून सांगू! मी मंत्रमुग्ध होऊन तिच्याकडे बघतच राहिले. असे रूप, असे देखणेपण माझ्या त्या लहानग्या वयात पूर्वी कधी मी पाहिलेच नव्हते. एखादी कोरीव, कातीव चंदनी बाहुली असावी, तसा त्या बाईंचा बांधा सडपातळ आणि रेखलेला होता. गडद मोरपिशी

रंगाचे खवलेकाठी लुगडे ती नेसली होती आणि जरीची मंदिली निळी चोळी तिने अंगात घातली होती. तिचा रंग केवड्याच्या पातीसारखा नितळ, पारदर्शक आणि गोरापान होता. कपाळ भव्य, उंच होते आणि त्यावर या टोकापासून त्या टोकापर्यंत कुंकवाची लालभडक आडवी चिरी कुशलपणे रेखलेली होती. तिच्या रेखीव, कमानदार भुवयांखालचे डोळे खूप मोठे, सतेज होते. पातळ, धारदार, सरळ नाकात भली थोरली नथ होती. जिवणी इवली आणि विडा खाल्ल्यासारखी लालबुंद होती. तिच्या गळ्यात तांदळी पोत, जाळीचा मणी, कोल्हापुरी साज, कंठी असे कितीतरी दागिने होते. गोरे, घाटदार, सुंदर हात गोट-पाटल्या, बांगड्यांनी भरून साजरे दिसत होते. मी विस्फारित नजरेने बघत आहे असे पाहून ती देखणी स्त्री अधिकच हसत सुटली. मग पाटावरून उठून तिने माझ्यापाशी येऊन माझा हात धरला आणि मला मोठ्या मायेने आपल्याजवळ बसवून घेत ती पुन्हा म्हणाली, 'मग? कामावरून नाही ना काढायचीस मला?'

मी रडकुंडीला येऊन आईला म्हणाले, 'आई, मी तर आपल्या कामवाल्या मुक्ताबाईबद्दल बोलत होते. या असं का बोलताहेत? कोण आहेत गं या?'

आता आईसुद्धा हसू लागली. ती देखण्या बाईकडे वळून म्हणाली, 'मुक्ते, पुरे झाली तुझी थट्टा, तिला बिचारीला गोंधळात टाकलंस बघ तू.' मग आई मला सांगू लागली,

'अग, यांचं नाव पण मुक्ताबाईच आहे. तू आपल्या कामवाल्या मुक्ताबाईबद्दल तक्रार करीत होतीस, म्हणून हिनं तुझी जरा गंमत केली. दुसरं काही नाही.'

मुक्ताबाईचा आणि माझा परिचय हा असा झाला. माझ्या आईची ती लांबची मावसबहीण की मामेबहीण- कुणीतरी लागत होती. माझ्या आठवणीत ती पहिल्यांदाच आमच्या घरी आली होती. तिला सगळेजण 'मुक्तामामी' म्हणत. म्हणून मीही तिला मुक्तामामी म्हणू लागले. मुक्तामामीच्या माहेरी अतोनात गरिबी होती; पण देवाने तिला हजारात उठून दिसेल असे रूप दिले होते. त्या रूपाच्या बळावर तिला आमच्या जातीतल्या एका अतिशय श्रीमंत अशा घरात स्थळ मिळाले. मुक्तामामीचा नवराही तिच्याबरोबर आमच्या घरी आला होता. मुक्तामामीला पाहिल्यावर तिच्या नवऱ्याला बघण्याची उत्सुकता माझ्या मनात निर्माण झाली. ते कुठेतरी बाहेर गेले होते आणि संध्याकाळी घरी परत येणार होते. मुक्तामामीच्या त्या पहिल्या भेटीतच मला ती इतकी आवडली की, तिची माझी एकदम गट्टीच जमली. ती नेहमी मुंबईला राहात असे. शिवाय गावाकडे त्यांचे एक मोठेथोरले घर होतेच. मुंबईला त्यांच्या मालकीच्या खूपशा चाळी होत्या. गावाकडे सराफीचा, सावकारीचा धंदा होता. म्हणजे आमच्या जातीच्या मानाने मुक्तामामीचे घर हे श्रीमंतात मोडण्याजोगे होते.

त्या दिवशी दुपारी मुक्तामामीने आपली मुंबई फॅशनची भली थोरली ट्रंक उघडली आणि त्यातून तिने चित्रविचित्र सुंदर चिजा बाहेर काढल्या. तिने आईसाठी खूप भारी जरीकाठी, अंजिरी पातळ आणले होते. माझ्या धाकट्या भावंडांसाठी कापड व खेळणी आणली होती. माझ्याकरता तिने कचकड्याच्या रंगीबेरंगी बांगड्या, एक खूप मोठा डबा भरून पेपरमिंट आणि लेमनड्रॉप्स, माहीमचा गोड हलवा असे छान छान सामान आणले होते. पण सर्वांत मला आवडले ते, तिने मला परकर-पोलक्यासाठी आणलेले पांढरेशुभ्र, कडेला रुंद जाळीदार नक्षी भरलेले चिकनचे कापड. तसले कापड मी आतापर्यंत कधीच पाहिले नव्हते. मुक्तामामीने ते कापड मला दिले, इतकेच नव्हे तर, त्याच दिवशी दुपारी ते बेतून, तिने लगेच परकर-पोलकेही मला शिवून दिले. ते नेसून दुसऱ्या दिवशी मी जेव्हा शाळेत गेले, तेव्हा आदल्यादिवशी मळकट परकर-पोलक्यावरून मला चिडवणाऱ्या माझ्या मैत्रिणी माझ्याकडे विलक्षण हेव्याने पाहू लागल्या.

हो, पण आधीची एक गोष्ट सांगायची राहिलीच. मुक्तामामीचा नवरा त्याच दिवशी रात्री आला. त्यांना सर्वजण 'मामा' म्हणत. मामांना बघण्यासाठी मी फार उत्सुक होते. पण त्यांना प्रत्यक्षात बघितल्याबरोबर माझी सारी उत्सुकता मावळली आणि मनातून मी अगदी खट्टू होऊन गेले. मामा हे मुक्तामामीपेक्षा वयाने कितीतरी मोठे होते. ते तिचे वडील शोभले असते, इतके त्या दोघांच्या वयात अंतर होते. केवळ वयांच्या दृष्टीनेच नव्हे, तर प्रत्येक बाबतीत त्या उभयतांमध्ये जमीन-अस्मानाचा फरक होता. मुक्तामामी जेवढी गोरी होती तेवढेच मामा काळे होते. ती नाजूक, सडसडीत होती, तर मामा लठ्ठ आणि आडव्या अंगाचे होते. मुक्तामामीच्या गालांवर, हनुवटीवर निळ्या गोंदणाचे बारीक बिंदू होते तर मामांना फार पूर्वी केव्हातरी देवी येऊन गेल्या असाव्यात, त्याचे ओझरते चार-दोन वण त्यांच्या चेहऱ्यावर दिसत होते. मामांचा पोशाख मात्र त्यांच्या श्रीमंतीला साजेसा होता. अगदी तलम, झुळझुळीत, पांढरेशुभ्र 'नयनसुख' धोतर, पिवळ्या रंगाच्या सिल्कचा सुळसुळीत शर्ट, त्यावर चॉकलेटी रंगाचा वुलनचा कोट आणि डोक्याला जरीच्या काड्यांचा जांभळा रुमाल, हा त्यांचा वेश एकदम मनात दबदबा निर्माण करणारा होता. मामांच्या गळ्यात सोन्याची साखळी होती आणि बोटात चमचम करणारी एक सुंदर अंगठीही होती.

मुक्तामामी आणि मामा यांच्या रूपामध्ये फार फरक होता. स्वभावाने मात्र दोघेही पतिपत्नी एकमेकांना साजेशीच होती. मामा कुरूप असल्यामुळे, प्रथम मी त्यांना थोडीशी बिचकले; पण आपल्या प्रेमळ स्वभावाने आम्हां मुलांना त्यांनी लगेच आपलेसे केले. मुक्तामामीसारखेच मामाही चेष्टेखोर होते. रात्री ते घरी आल्यावर आईने मला त्यांना वाकून नमस्कार करण्यासाठी बाहेरच्या खोलीत

धाडले. पण मी खाली वाकते न वाकते तो त्यांनी मला थांबवले आणि त्यांनीच मला वाकून नमस्कार केला. मी दचकलेच. त्यावर ते म्हणाले,

'अग, तू कसली मला नमस्कार करतेस? मीच तुला नमस्कार करायला हवा. मी कोण आहे माहीत आहे का तुला? तुझे आजोबा रजिस्ट्रार आहेत ना, त्यांच्या कचेरीतला एक गरीब कारकून आहे बरं का मी. घाटपांडे माझं नाव.'

'हां. खोटं खोटं.' मी चटकन उत्तर दिले, 'मला माहीत आहे तुम्ही कोण आहात ते.'

'होय? मग सांग बरं मी कोण आहे ते?'

'तुम्ही ना, तुम्ही खूप श्रीमंत आहात. तुमच्या मुंबईला चाळी आहेत. गावाकडे तुमची मोठी पेढी आहे आणि तुमच्या तिजोरीत गहाणाचे खूप खूप दागिने आहेत म्हणे!'

'अरे वा. बरीच माहिती आहे म्हणायची तुला!' मामा हसत हसत म्हणाले. मग त्यांनी खिशात हात घालून हातात आले तेवढे चकचकीत रुपये, अधेल्या, पावल्या, आणेल्या काढून त्या बळेबळच माझ्या हातात कोंबल्या आणि मग ते मला म्हणाले,

'आता माझ्याजवळ नुसती नाणीच आहेत. पण आमच्या गावी तू आलीस ना, की मग मी तुला आमच्या तिजोरीतले ते दागिने सुद्धा देईन बरं का. पण तू यायला मात्र हवंस. येशील का?'

'हो. मुक्तामामीनं अन् तुम्ही नेलंत तर येईन की.' मी म्हणाले.

खरे म्हणजे मी इतकी अडाणी होते की, मुंबईच्या चाळी म्हणजे काय, पेढी म्हणजे काय, गहाणाचे दागिने म्हणजे काय- काही म्हटल्या काही, मला कळत नव्हते. घरातली माणसे जे बोलत त्याचीच पोपटपंची मी केली होती; पण माझ्या बोलण्यामुळे मामा खूश झाले असावेत इतके खरे. त्यानंतर मामा अन् मुक्तामामी या दोघांशीही मी अगदी मोकळेपणाने बोलू लागले. अन् ती दोघे आठ-दहा दिवस आमच्याकडे होती तेवढ्या वेळात त्या उभयतांशी माझी चांगलीच गट्टी जमली. विशेषत: मुक्तामामीचा मला चांगलाच लळा लागला. इतका की, आमच्याकडचा मुक्काम संपवून ती दोघे गावी जायला निघाली, तेव्हा मला रडे आवरेना. मी मुक्तामामीबरोबर जायचा हट्ट धरून बसले. शेवटी तिने मला सवड सापडताच आपल्याबरोबर चार दिवस तिच्या घरी न्यायचे कबूल केले, तेव्हा कुठे माझे दु:ख जरासे ओसरले.

मुक्तामामीची ती पहिली भेट अजूनही मला चांगली आठवते. त्या आठ-दहा दिवसांत ती माझ्या कितीतरी जवळ आली. तिने माझ्या बाहुल्यांसाठी छोटे छोटे कपडे शिवून दिले. पोतीच्या आणि फुग्याच्या मण्यांचे दागिने मला करून दिले.

आमच्या घरी दारांवर लावण्यासाठी काचेच्या नळ्यांची दोन तोरणे तिने तयार केली आणि माझ्या आईला आसनाच्या, सुईच्या विणकामाचे नवे चारपाच नमुनेही शिकवले. माझ्या बालमनात मुक्तामामीला एक विशेष जिव्हाळ्याचे स्थान लाभले.

त्यानंतर काही दिवसांनी मुक्तामामीकडून मला खरोखरच बोलावणेही आले. मी व माझी धाकटी बहीण अशा आम्ही दोघीजणी गावाकडच्या त्यांच्या घरी गेलो. ते घर बघून मी थक्क झाले. आमच्या सगळ्या दरिद्री जातीत असे प्रशस्त, सुंदर, वैभवसंपन्न घर मी कधीच पाहिले नव्हते. दुमजली आठदहा खणांचे आणि एकामागे एक असलेल्या दोन चौकांचे ते घर बघून डोळ्यांचे पारणे फिटले. घराला काळ्याभोर तुकतुकीत घोटीव दगडांची रुंद ओटी होती आणि तेल प्यायलेले गुळगुळीत चमकदार खांब होते. ओटी चढून आत जाताच पेढी लागे. तिथे हजारो रुपयांचा व्यवहार चाललेला असे. मामा आणि त्यांचे धाकटे भाऊ तात्या, हे दोघे मिळून सावकारी गहाणवट बघत. हाताखाली कारकून, गुमास्ते, नोकरचाकर होते. पेढी ओलांडून आत गेल्यावर मोठा थोरला चौक लागे. सुंदर फरसबंदी चौक मला फार आवडला. चौकाच्या मागे पुन्हा खूप मोठी जागा होती. मोठी पडवी, माजघर, स्वयंपाकघर, देवघर आणि आणखी कितीतरी खोल्या तिथे होत्या. त्यांच्यामागे एक चौक होता. त्यात विहीर होती. आणि मागच्या बाजूला मोठा सोपा होता. तिथे पाच-सहा दुभत्या गायी व म्हशी बांधलेल्या होत्या. घराला पुढची माडी होती. मागची माडी होती. माडीवर मोठाले दिवाणखाने आणि प्रशस्त दालने होती. माडीच्या भिंतींना गुळगुळीत तेल्या रंग दिलेला असून भिंतीवर चौफेर रविवर्म्याची चित्रे तसबिरांतून टांगलेली होती. माडीवर पितळी, चकचकीत कड्यांचा प्रशस्त झोपाळा होता. पोपटाचा पिंजरा होता. पुस्तकांनी भरलेली मोठमोठी कपाटे होती, शिवाय पांढरेशुभ्र अभ्रे चढवलेल्या मोठमोठ्या गाद्या, तक्के, लोड, सतरंज्या होत्या आणि कडीपाटाला रंगीबेरंगी काचेच्या हंड्या टांगलेल्या होत्या. किणकिणत्या लोलकांचे एक सुरेख झुंबरही होते.

मुक्तामामीच्या घरी आमचे दिवस फारच मजेत गेले. हळूहळू घराचे स्वरूप माझ्या ध्यानात येऊ लागले.

मुक्तामामी ही मामांची दुसरेपणाची बायको. पहिली बायको गेल्यावर मुलासाठी मुक्तामामीशी त्यांनी लग्न केले, पण तिलाही मूलबाळ झाले नाही. तात्यांना दोन बायका होत्या. त्यातल्या एकीला मूल नव्हते. दुसरीला दोन मुलगे व एक मुलगी होती. मुलगी– सुभद्रा माझ्याच वयाची होती. मुलगे मात्र लहान होते. मामा थोरले भाऊ. तात्या धाकटे. घरी अपार श्रीमंती होती; पण त्या श्रीमंतीला वारस म्हणजे तात्यांची ती दोन लहान मुलेच काय ती होती. मुक्तामामी थोरली जाऊ. धाकट्या दोघीजणी जावा. पण या तिन्ही बायकांचे आतून फारसे बरे नसावे असे मला

वाटले. अर्थात आम्हा लहान मुलांना त्यात कळण्याजोगे काही नव्हते. पण मी जरा चौकस असल्यामुळे घरातले ताण मला थोडेसे जाणवल्यावाचून राहिले नाहीत.

मुक्तामामीकडे पंधरा दिवस मुक्काम करून आम्ही बहिणी पुन्हा आपल्या घरी आलो. आम्हांला निरोप देताना मुक्तामामीने आम्हांला पोटाशी धरले आणि तिच्या डोळ्यांत एकदम पाणी आले. तिच्या मनात कसली कालवाकालव होत होती कुणास ठाऊक. मला फार अवघड वाटले; पण ते तेवढ्यावरच राहिले. पुन्हा आपल्या घरी येण्याच्या आनंदात मुक्तामामीचे दुःख मला विशेष जाणवले नाही.

मध्यंतरी अनेक वर्षे मुक्तामामीची आणि माझी गाठभेट झाली नाही. आता मी पुण्याला माझ्या काकांकडे राहात होते. शाळेचे शिक्षण संपवून नुकतेच कॉलेजात जाऊ लागले होते. इतक्यात एके दिवशी आई मला म्हणाली,

'अग, मुक्तामामी इथं आली आहे. तिच्याकडे जाऊन तिला भेटून ये.'

'मुक्तामामी? इथं? कशासाठी आली ती इथं?' मी आश्चर्याने प्रश्न केला.

'मामांचं आता वय झालंय. त्यांची प्रकृती बरी नसते. त्यांना इथल्या वैद्यांचं औषध चालू आहे. मुक्तामामीनं रास्ता पेठेत जागा घेतली आहे. ती दोघे महिना दीड महिना इथंच राहणार आहेत. तू जाऊन ये तिच्याकडे. बरं वाटेल तिला.'

दुसऱ्या दिवशी टांगा करून मी मुक्तामामीकडे गेले. तिचा पत्ता शोधायला मला मुळीच प्रयास पडले नाहीत. एका मोठ्या वाड्यात पहिल्या मजल्यावरच्या सर्व खोल्या भाड्याने घेऊन ती राहात होती. मी गेले आणि पटकन वाकून तिच्या पाया पडले. बाजूला असलेल्या मोठ्या पलंगावर मामा निजले होते. त्यांच्याही पाया पडावे म्हणून मी जवळ गेले, पण त्यांनी मला पाया पडू दिले नाही. 'राहू दे' म्हणत ते गादीवरच उठून तक्क्याला टेकून बसले. मुक्तामामीकडे मी निरखून पाहिले. मधल्या वर्षांत किती बदल झाला होता तिच्यामध्ये. तिचे काळेभोर सुंदर केस अर्धेअधिक पिकले होते. केवड्याच्या पातीचा तिचा रंग फिकटला होता. गालहाडे उंच निघाली होती आणि डोळ्यांखाली मोठाली काळी वर्तुळे दिसत होती. अंगावरचे सर्व दागिने जसेच्या तसेच होते, पण मुक्तामामीच्या कृश देहावर ते आता विसंगत, केविलवाणे वाटत होते. तिला बघून मला फार वाईट वाटले. डोळ्यांत एकसारखे पाणीच येऊ लागले. ते पाणी आवरीत, हसण्याचा कसाबसा प्रयत्न करीत मी म्हणाले,

'अग, आजारी कोण आहे? मामा की तू?'

मुक्तामामी हसली, पण ते हसणे रडण्यापेक्षाही मला अधिक हृदयद्रावक वाटले. मग एक आवंढा गिळून ती म्हणाली,

'अग, हे आणि मी दोन का आहोत? ते आजारी म्हणजे मी तरी काय बरी असणार आहे?'

मुक्तामामीचे बोलणे ऐकून मी गप्पच बसले. मग हळूहळू मामांच्या दुखण्याचे स्वरूप, त्यांची औषधे, त्यांचे कडक पथ्य यांबद्दल मुक्तामामी माझ्याशी बोलत राहिली. तिने स्वयंपाकाला बाई ठेवली होती. वैद्यांकडे जायला–यायला नोकर होता. तिच्या हातात पैसे होते. तरीही मला ते सारे एकूण केविलवाणे, पोरके पोरके वाटत होते. गावाकडून तात्या, त्यांच्या बायका, मुले अधूनमधून मामांना भेटायला येतात की नाही याची मी चौकशी केली, पण त्याबद्दल मुक्तामामी फार मोकळेपणाने माझ्याशी बोलली नाही. मी तात्पर्य इतकेच काढले की, त्या भल्यामोठ्या, श्रीमंत, संपन्न घरातही मामा आणि मुक्तामामी यांच्या वाट्याला परकेपणा आला होता. पैशामुळे माणसे कशी दुरावतात हे मला प्रत्यक्ष दिसत होते. वास्तविक सराफीचा धंदा नावारूपाला आणण्याला तात्यां इतकीच मामांचीही कर्तबगारी कारणीभूत झाली होती. पण आज मामा शरपंजरी पडल्यावर धंदा, पैसा, घर सारे त्यांना पाठमोरे बनले होते. मुक्तामामीच्या बोलण्यातून हे सारे मला समजले. तिची कशीबशी समजूत घालून मी निघाले, तेव्हा अगदी काकुळतीला येऊन ती मला म्हणाली,

'तू अधूनमधून येत जाशील ना मला भेटायला? आईला पण सांगून ठेव यायला. मला किनई या परक्या गावात फार धास्तावल्यासारखं वाटतं बघ. आपलं कोणीच नाही वेळेला असं सारखं मनात येतं!'

'असं काय करतेस मुक्तामामी?' मी तिला धीर देत म्हटले, 'मी दर दोन दिवसांनी खेप टाकीन आणि आई, आजी, आजोबा सर्वजण वारंवार येतील बघ तुला भेटायला. आम्ही सारीजणं इथं असताना तू स्वतःला इतकी निराधार का समजतेस?'

मुक्तामामीची जरा समजूत पटल्यासारखी दिसली. मी घरातून बाहेर पडले तेव्हा संध्याकाळ उलटून गेली होती. दारात उभी राहिलेली मुक्तामामी हात हलवून मला निरोप देत होती. आता, इतका वेळ स्पष्टपणे न जाणवलेल्या दोन गोष्टी अचानक मला जाणवल्या. मुक्तामामी बसली होती तिथेच मागे एका खिळ्याला एक जपमाळ अडकवलेली मी पाहिली होती, आणि पूर्वी तिच्या तोंडी कधीच न येणारा 'अरे रामा रे' हा एक नवाच उद्गार आज मला तिच्या बोलण्यात वारंवार ऐकू आला होता!

त्यानंतर जवळजवळ दोन महिने मुक्तामामी आणि मामा पुण्याला राहिली. पण मामांच्या तब्येतीला उतार पडेना, त्यांचे दुखणे जास्तच वाढत गेले. पूर्वीच्या त्यांच्या घट्ट, आडव्या अंगाच्या बांध्याचा आता नुसता हाडांचा सापळा राहिला होता. एवढा मोठा वयस्कर माणूस वारंवार डोळ्यांतून पाणी काढीत असे. कित्येकदा मामा मुक्तामामीला म्हणत, 'मी तुझं फार नुकसान केलं बघ.' अशा वेळी

माझ्यासारख्या लहान मुलीला रडू येई. काय बोलावे ते समजत नसे.

दोन महिन्यांनी मामांनी हट्ट धरला. आता गावी जायचे. इथे राहायचे नाही. जे काय व्हायचे असेल ते गावी, आपल्या घरी झालेले बरे. मग माझ्या आजोबांनीच स्वतंत्र मोटार ठरवली आणि मामा अन् मुक्तामामी या दोघांना ते त्यांच्या गावी पोहोचवून आले. आम्ही सगळे त्यांना निरोप द्यायला गेलो होतो. गाडीत चढणाऱ्या मुक्तामामीच्या कपाळावरची कुंकवाची लालभडक आडवी चिरी पाहून माझ्या मनात आले, आता पुन्हा मुक्तामामीच्या कपाळावर ही चिरी मला कधीच दिसायची नाही...

मामा गेल्याची बातमी पंधरवड्यातच आली. आजोबा, आजी, आई गावी जाऊन आली. आम्हा मुलींना अशावेळी कुणी बरोबर नेले नसते आणि नेले नाहीच. मात्र आजोबा आल्यावर आणखी एक गोष्ट आम्हांला कळली. मामांचा प्राण जाण्याच्या आधी दोन दिवस घाईघाईने दत्तकविधान उरकून घेण्यात आले होते. तात्यांचा धाकटा मुलगा मधू मुक्तामामींच्या मांडीवर दत्तक दिला होता. आणि अशा रीतीने आपल्या परीने मुक्तामामींच्या भविष्याची तरतूद करून दिल्यावर मगच मामांनी समाधानाने डोळे मिटले होते.

पुढे वर्षे भराभर गेली. मी आता बी.ए. होऊन एम.ए.च्या टर्म्स भरीत होते. एके दिवशी संध्याकाळचे तास उरकून मी घरी आले तेव्हा, स्वयंपाकघरात चुलीपाशी पाटावर एक पोक्त, वयस्कर बाई बसलेली मला दिसली. तिने डोक्यावरचा पदर पुष्कळ पुढे ओढून घेतला होता. तिचे पांढरे पातळ विटकेमळके होते आणि खाली मान घालून हातातली जपमाळ ती भरभर फिरवीत होती. मी प्रथम त्या बाईला ओळखलेच नाही. स्वयंपाकघराच्या दारातून मी मोठ्याने ओरडले,

'आई चहा-'

'आई बाहेर गेलीय. मुक्ताबाईंच्या हातचा चहा चालेल का?' त्या वयस्कर स्त्रीने माझ्याकडे न बघताच प्रश्न विचारला.

मुक्ताबाई! मुक्तामामी! मला जणू विजेचा धक्का बसला. जुन्या आठवणींचा लोट माझ्या मनावर घोंघावत आला. हातातली पुस्तके फेकून देऊन धावतच मी आत गेले आणि मुक्तामामीच्या गळ्यात दोन्ही हात टाकून, तिच्या छातीवर मस्तक ठेवून स्फुंदू लागले. मुक्तामामीलाही खूप भरून आले असावे. पण तिने मोठ्या प्रयासाने आपले मन आवरले आणि माझ्या तोंडावरून, गालांवरून, पाठीवरून हात फिरवीत ती माझेच सांत्वन करू लागली.

बराच वेळ या अवस्थेत गेल्यावर माझा आवेग ओसरला. तेवढ्यात बाहेर गेलेली आईही घरी आली. मुक्तामामी चार-पाच दिवस आमच्या घरी राहणार होती. तिच्या बोलण्यातून अनेक गोष्टी मला कळल्या. दत्तक घेतलेला मधू तिला धार्जिणा झाला नव्हता. त्याच्या दोन्ही आया, मोठा भाऊ आणि तो यांचा मिळून घरात सवतासुभा निर्माण झाला होता आणि मुक्तामामी त्या भरल्या संसारात एकटी पडली

होती. मामा गेल्यावर दोन-तीन वर्षे तिने तिथे फार हाल काढले. सासुरवास भोगला. मामांच्या वाटच्या अर्ध्या इस्टेटीचा मालक मधू झाला होता. नशीब इतकेच, मामांनी मुंबईच्या दोन चाळी मुक्तामामींच्या नावावर ठेवल्या होत्या. त्यांचे भाडे तिला नियमित मिळत होते. शिवाय तिचे दागिने तिच्याजवळ होते. आणि तिच्या नावावरचे बँकेतले दहा हजार रुपयेही तिचेच होते.

'मुक्तामामी, आता कसं चाललंय तुझं?' मी तिला विचारले.

'काय चालायचंय माझं!' ती विषण्णतेने हसून म्हणाली, 'एकटा जीव सदाशिव. मला ना पोर, ना बाळ. मधू काही आपला नव्हे. जिकडचं रक्त तिकडंच ओढ घ्यायचं. तसा तो त्याच्या माणसांना धरून आहे. त्याचंही बरोबरच आहे म्हणा. आपलं दैव खोटं. दुसऱ्याला कशाला बोल लावावा?'

'पण... पण तू आता काय करतेस?' मी पुन्हा विचारले.

'काय करणार? तीर्थयात्रा करते,' मुक्तामामी म्हणाली. 'तिकडं गावात मी आता मोठ्या घरी राहात नाही. वेगळी निघालेय. भाड्याच्या दोन खोल्यांत राहातेय. लोकं नावं ठेवतात. त्याची फिकीर करीत नाही. सोबतीला एक म्हातारी आणून ठेवलीय आणि सोबत आहेत माझे देव, मामांचा फोटो. गावी राहून कंटाळले की, उठते, कुठंतरी तीर्थक्षेत्री जाऊन चार दिवस राहून येते. आता पंढरपुराहून आले आहे. चार दिवसांनी गाणगापूरला जाणार.'

मुक्तामामी चार दिवस आमच्याकडे मुक्कामाला होती. चार दिवसांनी ती गाणगापूरला निघून गेली. जाण्यापूर्वी तिने एक विलक्षण गोष्ट केली. मला आणि माझ्या बहिणीला जवळ बोलावून तिने आमचे हात हातात घेतले आणि पिवळ्याजर्द सोन्याच्या दोन मोहरेच्या अंगठ्या आमच्या दोघींच्या बोटात घातल्या. मी हात मागे ओढू लागले, तेव्हा ती म्हणाली, 'अंहं, नाही म्हणू नकोस. मला फार वाईट वाटेल बघ. अन् आणखी एक सांगू तुला? जवळचं आहे-नाही ते सारं मी मरायच्या आधी उडवून टाकणार आहे. शेवटची एक इच्छा आहे माझी. कुठल्यातरी तीर्थाच्या ठिकाणी मला बेवारशी मरण यावं आणि अखेरच्या क्षणी मधूचा हात माझ्या अंगाला लागू नये. मुळीच लागू नये!'

■

**

३. लिलू

**

अलीकडे ती शंका तिला फार त्रास देऊ लागली होती. तसे म्हटले तर, त्या शंकेला नेमके काही कारण होते असे नव्हे. अगदी लहान लहान गोष्टी. वरवर पाहिल्यास ध्यानातही न येणाऱ्या. ती मैत्रिणींच्या घोळक्यात जाताच बंद होणारे संभाषण. घाईघाईने पण चतुराईने बदलला जाणारा विषय. तिची जरा अधिकच आस्थेवाईकपणे घेतली जाणारी दखल. मैत्रिणींच्या अनौपचारिक नात्याला न शोभेसे वाजवीपेक्षा जास्त अगत्य आणि ती बोलत असताना क्वचित एकीने दुसरीकडे टाकलेला अर्थपूर्ण सूचक कटाक्ष.

हळूहळू पण निश्चितपणे हे सारे घडत होते. तिचे स्वतःचे म्हणून मैत्रिणींचे जे वर्तुळ होते, त्यातून तिला कटाक्षाने बाजूला ढकलण्यात येत होते आणि हे सारे केले जात असताना मखमली सौजन्याचा, प्रेमळ आणि अगत्यपूर्ण स्मिताचा एक संपूर्ण खोटा मुखवटा साऱ्याजणींनी आपल्या मुखावर चढवला होता. हात मैत्रीसाठी पुढे होत होते, पण हस्तांदोलनात मात्र एक कठोर निग्रहाचा नकार होता.

दुःखाची गोष्ट ही की, ते सारे तिला समजत होते आणि जो-जो ते तिच्या ध्यानी येऊ लागले होते, तो-तो त्याची सत्यता जाणवूनही, मनाने ते पटवून घ्यायचे नाही, असा हट्ट तिने धरला होता. पण तरीही आतून ते पटवून घेतल्याशिवाय तिला गत्यंतर नव्हते. या साऱ्या धडपडीत ती स्वतःच स्वतःला ओरबाडीत होती. रक्तबंबाळ करीत होती आणि परिणामी अधिकाधिक व्यथित होत होती.

तिच्या मैत्रिणींचे वर्तुळ- गावातल्या श्रीमंत, सुस्थित, सुशिक्षित वर्गातल्या, समाजाच्या अगदी वरच्या थरात राहणाऱ्या, कला, संस्कृती, साहित्य-राजकारण या साऱ्यांचा सुजाण समज असलेल्या सुसंस्कृत, रसिक अशा स्त्रियांचा निवडक मेळावा. त्यांतल्याही अगदी वेचक अशा काही थोड्याजणींचे असे हे वर्तुळ होते.

मोजून पाचजणी. त्यांतली ती एक होती. हे त्यांचे पंचक सदैव कसल्या ना कसल्या उद्योगात मग्न असे. कधी ट्रिप, कधी पिकनिक, कधी संगीताचा कार्यक्रम, कधी गमतीने कुठेतरी परगावी जाऊन येणे. त्यांच्या आवडीनिवडी व्यक्तिपरत्वे वेगळ्या होत्या; पण एका बाबतीत त्या सर्वजणीत साम्य होते. कृतिशील राजकारण किंवा समाजकारण यापासून त्या कटाक्षाने अलिप्त राहिल्या होत्या. तशी त्यांची वृत्ती सुखासीन होती. प्रत्येकीचे अर्धे आयुष्य तरी उलटलेले होते. संसार सुखी, समृद्ध होता. समाजात प्रतिष्ठा, मानमान्यता होती आणि फावला वेळ भरपूर होता. त्या फावल्या वेळातच हे मंडळ गोळा होत गेले होते. सामाजिक समान भूमिकेवरून प्रथम त्या एकत्र आल्या होत्या; आणि नंतर व्यक्तिगत आकर्षणातून स्नेहसंबंध जडत गेले होते.

त्या वर्तुळातला ती केंद्रबिंदू होती. साऱ्यांची लाडकी. पन्नाशी जवळ आली होती, पण अजून तिचा ताजेपणा, उल्हास ऐन पंचविशीत असावा तसा टवटवीत होता. कोणत्याही नव्या गोष्टीत मन:पूर्वक रंगून जाण्याची तिची वृत्ती अजून तशीच कायम होती. खेळकरपणे वागण्यात तिचा हात कोणीच धरू शकले नसते. बरोबरीला आलेली, कॉलेजमध्ये सीनियर बी.एस्सी.च्या वर्गात शिकत असलेली तिची मुलगी रेखा, आईच्या सौंदर्याबद्दल आणि कसोशीने टिकवलेल्या तारुण्याबद्दल बोलताना भान विसरून जाई. 'आमची आई ना, माझ्यापेक्षा देखील छान दिसते अन् तिचा हौशी नि खेळकर स्वभाव मला सुद्धा हेवा वाटायला लावतो कधी कधी!' हे तिचे उद्‌गार ऐकून तिचे मित्र व मैत्रिणी हसत; पण त्यांनाही ते मनोमन पटल्यावाचून राहात नसे. अद्ययावत पोषाख करून, आपल्या भरगच्च केसांची आकर्षक गुंफा रचून आपल्या मुलीबरोबर ती नाटकाला, सिनेमाला किंवा गाण्याच्या कार्यक्रमाला गेली म्हणजे, लोक वळून वळून त्या मायलेकींकडे बघत. त्यावेळी पुरुषांच्या नजरेत कौतुकाची, तशी बायकांच्या नजरेत असूयेची छटा स्पष्ट दिसे आणि ते सारे कळूनही न कळल्यासारखे दाखवण्यात तिला विलक्षण समाधान वाटे. आपल्या गूढ सामर्थ्याचा प्रत्यय येऊन तिचा जीव सुखावे.

एकूण तिच्या पायांखालची जमीन सुस्थिर, बळकट आणि स्पर्शसुखद-अगदी ओल्या गार लुसलुशीत हिरवळीने आच्छादल्यासारखी होती.

पण तीच जमीन अलीकडे हादरू लागली होती. तिच्या मैत्रीणींचे वर्तुळ ही तिची फार मोठी गरजेची, तशीच आनंदाचीही बाब होती. आपल्या स्वत:च्या घरातले तिचे स्थान महत्त्वपूर्ण असले तरी, हे हक्काचे स्थान होते. त्यात तिची कमाई, कर्तृत्व थोडे होते. पतीला ती हवीशी वाटली, मुलांना ती आवडत असली तरी, तो संसारातल्या परस्परावलंबित्वाचाच एक भाग होता. पतीसाठी, मुलांसाठी ती आयुष्यभर जे करीत आली होती त्याचे ते अपरिहार्य पर्यवसान होते.

पण तिच्या मैत्रिणी-त्यांचा स्नेह ही तिची आंतरिक गरज होती. तो स्नेह तिने स्वत: संपादन केला होता. आजवर कसोशीने टिकवला होता. वेळप्रसंगी पदराला खार लावून घेऊन ते संबंध कायम राखण्यासाठी ती धडपडली होती. जिवापाड अट्टहास करीत राहिली होती आणि ते संबंध आतल्याआत बिघडू लागले आहेत की काय, अशी शंका तिचे काळीज पोखरीत होती. त्याने तिच्या मनाचा ठावच सुटल्यासारखे झाले.

आज ती पुन्हा एकदा सर्व गोष्टींचा मनाशी आढावा घेत होती. दुपारची शांत, नि:स्तब्ध वेळ. नवरा ऑफिसात गेला होता. मुले कॉलेजात गेली होती. नोकर बिल्डिंगमधल्या प्रशस्त गॅलरीत कुठे कुठे विसावा घेत होते. तिच्या सुसज्ज, सुंदर शय्यागृहात ती एकटीच पलंगावर आळसावून पडली होती. खिडक्यांवरचे जाड पडदे सरकवून घेतल्यामुळे फिकट, हवाहवासा वाटणारा मंद काळोख आत पसरला होता. वातानुकूलित शय्यागृहाला अधिकच थंडावा आला होता. त्या काळोखलेल्या अंधुक उजेडात आपल्या वैभवाची साथ देत मूकपणे उभ्या असलेल्या, केवळ बाह्य रेषांनी सूचित होणाऱ्या, भल्याथोरल्या 'वॉर्डरोब' वरून, कोपऱ्यातल्या उंच, सुंदर ड्रेसिंग टेबलावरून, चिंचोळ्या बिलोरी आरशावरून तिची नजर क्रमाक्रमाने फिरत गेली. 'वॉर्डरोब'मध्ये नव्या नव्या सुरेख साड्यांची प्रतिदिनी भर पडत होती. ड्रेसिंग टेबलावर तऱ्हतऱ्हेच्या सुगंधी द्रव्यांची, चूर्णांची, ओष्ठशलाकांची आणि चेहऱ्याच्या प्रसाधनेसाठी वापरल्या जाणाऱ्या लेपांची गर्दी झाली होती. त्या साऱ्यांचा सूक्ष्म सुवास खोलीभर दरवळून राहिला होता. मंद, तरीही मादक. त्या सुवासाशी तिचे एक आंतरिक नाते जडलेले होते. तरी पण आज ते सारेच तिला नकोसे वाटले. कोपऱ्यात उशालगत छोट्या तिपाईवर फोन विसावला होता. तिला मनापासून इच्छा झाली, मिसेस कदमांना फोन करावा. 'वेळ आहे, गप्पा मारायला येता का?' म्हणून विचारावे. मिसेस कदम या तिच्या मैत्रिणींच्या वर्तुळातल्याच एक होत्या. तिच्यासारख्याच आनंदी, थट्टेखोर, गप्पिष्ट. त्यांच्याबरोबर गप्पा मारताना, चहाचे घुटके घेताना खूप गंमत वाटली असती. त्या गमतीसाठी ती विलक्षण आसुसली. तिला जुने दिवस आठवले. मिसेस कदम, मिसेस पंड्या, सुशीलाबाई, मिसेस वालावलकर अन् ती स्वत: लिली- 'मिसेस जोशी' या नावाने तिला सहसा कोणी ओळखत नसे. बहुतेक परिचितांची ती 'लिलूताई' होती आणि आपल्या मैत्रिणींची ती फक्त 'लिली' होती. जशा मिसेस देशपांडे या फक्त 'सुशीलाबाई' होत्या. तिला आपल्या सर्वांच्या मिळून झालेल्या अनेक बैठकी, भेटीगाठी, सहली यांचे तीव्रतेने स्मरण झाले. भंडारदऱ्याच्या निसर्गरम्य धुंद वातावरणात त्या पाचजणींनी तीन दिवस अगदी बेहोषीत घालवले होते. एकदा त्या साऱ्याजणी मिळून छोटासा समुद्रप्रवास करून आवासला गेल्या होत्या आणि मिसेस पंड्यांच्या वृद्ध सासऱ्यांच्या

तेथे असलेल्या बंगल्यावर उतरल्या होत्या. महाबळेश्वर-माथेरानच्या सहली तर, न मोजता येण्याइतक्या झाल्या होत्या. शिवाय वेळोवेळी पाहिलेले सिनेमे, ऐकलेली गाणी, केलेले शॉपिंग, आणि कोणाच्या खिशातले पैसे खर्च होतात याची अजिबात खंत न करता किंवा ओशाळगत न बाळगता, खाण्यापिण्याची केलेली मनमुराद चैन-एकेक अनुभव हा एकेका मृदु व चिवट अशा रेशमी धाग्यासारखा होता आणि अशा अनेक धाग्यांनी त्या साऱ्याजणींना एकमेकींशी कधी न तुटणाऱ्या अशा बंधनात बांधून टाकले होते.

पण अलीकडे-अलीकडे ते धागे तुटू लागले होते का? की तिला त्या धाग्यांतून पद्धतशीरपणे मोकळे करून दूर ढकलले जात होते? त्या जाणिवेने पुन्हा एकदा ती विलक्षण कासावीस झाली. मिसेस कदमांना फोन करण्यासाठी तिचा हात टेलिफोनच्या दिशेला वळला देखील; पण लगेच चटका बसल्यासारखा तो पुन्हा मागे आला. पाच की सहा दिवसांपूर्वीच तिने मिसेस कदमांना असाच एकदा दुपारच्या वेळी फोन केला होता. पण त्यावेळी फोनच्या दुसऱ्या टोकाला थोडी स्तब्धता पसरली होती. सूक्ष्म आवाजात कसलीशी कुजबूज झाली होती आणि नंतर 'बाई बाहेर गेल्या'चे घरच्या गड्याने मोठ्या अदबीने तिला कळवले होते.

आता त्या आठवणीने तिची कानशिले गरम झाली. गाल शरमेने जळू लागले. खरेच का मिसेस कदम अशा वागल्या असतील? स्वत: घरी असताना देखील आपल्याशी बोलणे टाळण्यासाठी आपण घरी नसल्याचे त्यांनी गड्याकडून आपल्या कानावर घातले असेल? अजून ते तिला खरे वाटत नव्हते. पण तिने स्वत: देखील फोनच्या बाबतीत अशी लबाडी केली नव्हती काय? नको असलेले फोनकॉल टाळण्याचा हा सभ्य आणि प्रतिष्ठित मार्ग तिने देखील अनेक वेळा अवलंबिला नव्हता काय? मग मिसेस कदमांनी तिच्या बाबतीत तेच का करू नये? पण तिच्या बाबतीत? तिच्या?

'लिली, तू फार आवडतेस मला!'

'लिली, तू हवीस हं! तुझ्याशिवाय मजा नाही कार्यक्रमाला.'

'लिली, तुझ्या संगतीत वेळ कसा जातो कळत नाही.'

लिली, लिली, लिली. तिच्याशिवाय तिच्या मैत्रिणींचे घटकाभर देखील चालत नसे, आणि आता? आता खरेच का ती त्यांना नकोशी झाली होती?

तिला इतरही अनेक लहानमोठ्या गोष्टी आठवल्या. त्या त्या वेळी त्या तिला इतक्या स्पष्टपणे जाणवल्या नव्हत्या. पण कळत-नकळत त्यांनी कुठे तरी तिच्या मनावर ठसा उमटवला होताच. आता त्या साऱ्यांचा संकलित परिणाम तिला एकदम जाणवू लागला. मुकामार बसतो तेव्हा तो ध्यानात येत नाही; पण नंतर तेवढीच जागा नेमकी उचलून येते. कातडी काळीनिळी होते आणि आत सारखे

ठसठसत राहते. तिच्या मनाची आता तशीच अवस्था झाली. आत कुठे तरी दुखत राहिले.

शेवटी ती उठली. तिने स्वत:शी एक चमत्कारिक निश्चय केला होता. या अनिर्णित अवस्थेत ती फार काळ राहू शकत नव्हती. तिने ठरविले. आज सगळ्या मैत्रिणींकडे जायचे. पूर्वसूचना न देताच जायचे. आता कुठे दुपारचे तीन वाजत होते. अर्धा अर्धा, पाऊण पाऊण तास एकेकीकडे ती गेली असती तरी, सहा-सात वाजेपर्यंत उरलेल्या चारी मैत्रिणींकडे तिला जाऊन येता आले असते. आज जायचे. प्रत्येकीला वेगवेगळे गाठायचे, तिच्याशी बोलायचे. परिस्थितीचा अंदाज घ्यायचा. पण ही अनिश्चितता, ही व्यथा, ही वेदना आता सहन करायची नाही. एकेकीच्या मनाचा छडा लावायचाच. ठरले.

तशी ती फार हट्टी होती. आणि तिच्यामध्ये एक चमत्कारिक एकसुरीपणा होता. एकदा एका गोष्टीवर तिने आपले मन केंद्रित केले, म्हणजे त्याव्यतिरिक्त वेगळे काही तिला दिसत नसे वा जाणवतही नसे. मैत्रिणींची बदलती वृत्तीदेखील तशी स्वतंत्रत: तिच्या लक्षात आलीच नव्हती. पण चौघींच्याही वर्तनात हळूहळू दुरावा येऊ लागला म्हणूनच ते तरी तिला उमगले. एरव्ही ती फार आत्मकेंद्रित, स्वयंतृप्त होती.

मनात येताच ती चट्‌दिशी उठलीच. तिने भरभर केस सोडून उकलले. वेणी घातली. स्वच्छ तोंड धुतले. चेहऱ्यावर पावडरचा हलकासा हात फिरवला आणि कपाटातली आवडीची, फिक्या रंगाची तलम साडी ती नेसली. या पोषाखात आपण विशेष मृदु, असहाय दिसतो असा तिचा समज होता आणि आपल्या मैत्रिणींच्या मनात कोवळीक निर्माण करण्यासाठी हाच वेष उपयोगी पडेल अशी तिने आपली कल्पना करून घेतली होती. कपडे करून होताच ती घराबाहेर पडली. बिल्डिंगमधून खाली येताच तिने स्वत:च गाडी गराजमधून बाहेर काढली आणि ती मिसेस कदमांच्या घरी येऊन दाखल झाली.

तिला पाहून मिसेस कदम विलक्षण चकित झाल्या.

'आता यावेळी इकडे कुठे तू लिली?' त्यांनी विस्मयाने तिला विचारले.

'कुठे म्हणजे काय? तुमच्याकडेच!' ती चटकन लाघवीपणे हसत हसत म्हणाली, 'चहाची वेळ झाली होती. म्हटलं, घरी चहा घ्यायचा तो तुमच्याकडे घ्यावा!'

हाच तिला लडिवाळपणा. यानेच ती इतरांना सहज विद्ध करी. आपल्या सर्व मैत्रिणींना ती 'अहो-जाहो' म्हणे. पण त्या मात्र तिला एकेरी नावाने संबोधीत. त्याच्या मुळाशी देखील तिचे हे लडिवाळ लाघवीपणच होते. कोणाशीही सरळ अनौपचारिक होणे हा तिच्या हातचा मळ होता. त्यामुळेच ती स्वत: वयाने आपल्या

मैत्रिणींच्या बरोबरीची असूनही त्यांच्यापेक्षा वयाने लहान असल्याचा आभास निर्माण करी. कधी त्यांचा सल्ला घेऊन, कधी त्यांना मदतीचे आवाहन करून, कधी आपल्या अडचणी त्यांनाच निस्तरायला लावून ती त्या साऱ्यांत 'छोटी' ठरून बसली होती. आणि स्वत: उपकृत होत असतानाही, त्यांना मदत करायला देऊन त्यांच्यावरच आपण मोठी मेहरबानी करतो आहोत, असेच स्वरूप ती त्या घटनेला देई. आता भलत्या वेळी येऊन मिसेस कदमांची तिने गैरसोयही केली असेल, पण 'तुमच्याकडे चहा घ्यायला म्हणून मी आले आहे' असे म्हटल्याबरोबर नाही म्हटले तरी मिसेस कदम तिच्या बाबतीत जराशा द्रवल्या. त्यांनी चट्दिशी तिच्या गळ्यात हात टाकला आणि तिला आत नेत म्हटले,

'अग पण वेडाबाई, आधी फोन तरी करायचास. समज, मी कुठे बाहेर गेले असते म्हणजे मग? तुझी खेप वाया नसती का गेली?'

'फोन तरी करायचास-' ते वाक्य ऐकल्याबरोबर तिच्या मनात खोल कुठे तरी कळ उठली. मस्तकात रागाची एक ज्वाळा लवलवली. कानशिले पुन्हा कढत झाली, पण आपल्या मनातली खळबळ मोठ्या प्रयासाने दाबून हसत हसत ती म्हणाली,

'फोन न करता असं अकस्मात येण्यातही एक गंमत आहे की नाही?'

'होय. आहे खरी'. मिसेस कदमांना कबुली द्यावीच लागली.

घडीभराने त्या दोघीजणी जेव्हा चहा घेत बसल्या, तेव्हा मिसेस कदम सहज म्हणावे तशा म्हणाल्या,

'मिसेस पंड्या भेटल्या होत्या तुला एवढ्यात? माझी त्यांची भेटच झाली नाही गेल्या सात-आठ दिवसांत!'

तिने ते वाक्य ऐकले. चहाचा घोट क्षणभर गळ्याशी घुटमळला. तिच्या मनात काही अवर्णनीय हालचाली झाल्या. काय होऊन गेले, तिचे तिलाही कळले नाही. पण नंतर एका खूप उंच बेलाग सुळक्याच्या टोकाशी क्षणभर उभे राहावे आणि उडी घेण्यापूर्वी खालच्या खोल दरीकडे वाकून पाहावे तसा तिने आपल्या मनातल्या गूढाचा अंदाज घेतला. तिथल्या काळोखाने तिचा जीव गुदमरला. कासावीस झाला. पण आता मागे फिरणेही शक्य नव्हते. दरीत उडीच घ्यायला हवी होती.

एका क्षणात तिने चेहरा पालटला. हसरा, प्रसन्न केला आणि स्वत:शीच बोलावे तसे ती पुटपुटली, 'भेटल्या नाहीत? हं. बाकी-बरोबर आहे म्हणा-'

'काय बरोबर आहे? काय बोलते आहेस तू? मला काही कळलंच नाही.' मिसेस कदमांनी पुढे वाकून उत्सुकतेने तिला विचारले.

'नाही नाही. तसं काही नाही. सहज आपलं मनात आलं-' ती चावत चावत, अनिश्चिततेने बोलत राहिली. बोलता बोलता एकीकडे मिसेस कदमांचा ती अंदाज

घेत राहिली. सावधगिरीने, धूर्तपणाने.

पण आता त्यांची उत्सुकता पुरतीच जागी झाली होती. त्या विलक्षण अधीरपणे, कुतूहलाने तिला विचारू लागल्या.

'काय ते? काय तुझ्या मनात आलं? सांग ना?'

'अग, तसं नेमकं काहीच नाही ग!' ती बोलू लागली, 'पण मध्यंतरी एकदा आपण भेटलो होतो ना? सुशीलाबाईंकडे चहाला जमलो होतो बघ. त्यावेळी आम्ही दोघीजणीच सुशीलाबाईंच्या बेडरूममध्ये तोंडे धुऊन पावडर लावीत होतो आरशासमोर'

'मग? तेव्हा काय झालं?' मिसेस कदमांचे औत्सुक्य आता शिगेला पोहोचले होते.

आता तिला माघार घेणे शक्यच नव्हते. डोळे मिटून सरळ दरीत उडी घ्यावी तसे ती म्हणाली,

'हे बघा, अशा गोष्टी नेमक्या बोट ठेवून सांगता येत नाहीत. पण त्या जाणवतात. माणसाला आतल्याआत उमगतात. मला-मला आपलं एक 'फीलिंग' आलं की मिसेस पंड्यांचं तुमच्याविषयी असावं तितकं साफ मन नाही.'

'मिसेस पंड्या?' व्यथित होऊन मिसेस कदम मूक बनल्या. काही दिवसांपूर्वीच तर मिसेस पंड्यांशी त्यांचे लिलीबद्दल बोलणे झाले होते. लिलीच्या हिशेबी, व्यवहारी, आत्मकेंद्रित आणि पराकाष्ठेच्या स्वार्थी स्वभावाबद्दल दोघीजणी किती वेळ तरी बोलत राहिल्या होत्या आणि त्याच मिसेस पंड्यांनी पुन्हा लिलीशी वेगळे हितगुज करावे? तेही आपल्याबद्दल? त्यांना विचित्र वाटले. पायाखाली अकस्मात स्फोट व्हावा आणि जमीन हादरून डोळ्यांत धूरच धूर जावा अशी त्यांची अवस्था झाली.

पण–लिली खरे सांगत असेल कशावरून? ती नाटकी आहे. खूप भरभरून बोलते! पण आत, मनात काहीच नसते, असा आपल्यालाही तिचा अनुभव नाही का आला? खरे म्हणजे तिचा हा स्वभाव जाणवू लागल्यामुळेच अलीकडे आपण साऱ्याजणी तिच्या बाबतीतली आपली वृत्ती नाही का पारखून घेऊ लागलो! तरी-तरी मिसेस पंड्या —

मिसेस कदमांना गुदमरल्यासारखे झाले. काय समजावे तेच त्याना कळेना. त्यांच्या मनातली चलबिचल लिलीने ओळखली आणि शेवटचा घाव घालण्याच्या ईर्ष्येने ती म्हणाली,

'खरं म्हणजे तसं स्पष्ट त्या काही बोलल्या नाहीत. पण कदमसाहेबांच्या ऑफिसात घडलेली काही भानगड-'

मिसेस कदम जागच्या जागी ताठरल्या. त्यांचा अहंकार सापासारखा फणा काढून उभा राहिला. कदम उमेदवारीच्या काळात एकदा जरा घसरले होते. पैशांची

अफरातफर–वरपर्यंत झालेल्या चौकशा–तडजोड–भोगलेला मनस्ताप आपल्या वैवाहिक जीवनाच्या तळाशी खोलपर्यंत पुरून टाकलेले एक रहस्य- ते मिसेस पंड्यांना कुठून कळले? कळले तर कळले. त्याची त्यांनी चिकित्सा करावी? तीही लिलीजवळ? आता विश्वास तरी कुणावर ठेवावा? जवळचे कुणाला मानावे? दूरचे कोण समजावे? मिसेस पंड्या अशा असतीलसे वाटले नव्हते; आणि स्वतः मात्र लिलीबद्दल बोलत होत्या; पण ही सवयच असेल त्यांची. वर्षानुवर्षांच्या स्नेहानंतरही माणसे नीटशी कळत नाहीत हेच खरे!

-ती सावधपणे मिसेस कदमांच्या चेहऱ्याकडे बघत होती. धूर्तपणे अंदाज घेत होती. टाकलेले विष किती खोलवर भिनले ते जाणून घेत होती. मिसेस कदमांचा कापणारा ओठ, शरमेने झुकलेल्या पापण्या- यांनी बाण अचूक लागल्याचे तिला सांगितले. उडत उडत तिच्या कानावर आलेली गोष्ट. कदमांच्या जीवनातल्या त्या घटनेचा कुणाला थांगपत्ताही नव्हता. तिला एकदा ते सहज कळले होते आणि आज अचानक त्या माहितीचा उपयोग झाला होता. या साऱ्या भानगडीत मिसेस पंड्यांचा विनाकारण बळी गेला होता. पण त्याला ती तरी काय करणार? आणि- तिला एकदम आठवण झाली. मध्यंतरी त्या सर्वजणी मिळून बोलत बसल्या असताना ती अकस्मात तेथे गेली; त्याबरोबर स्वतः सांगत असलेली काही तरी गंमत मधल्या मध्ये तोडून मिसेस पंड्यांनी सुशीलाबाईंकडे साभिप्राय कटाक्ष टाकला नव्हता काय? त्या तिला दूर लोटू बघत होत्या. तिने त्याना पद्धतशीर पेच घालून का उडवू नये?

आता तिला मिसेस कदमांकडे थांबण्यात स्वारस्य वाटेना. इथे येण्यापूर्वी आपण असे काही करणार आहोत याची तिला कल्पनाही नव्हती. पण बोलता बोलता अचानक ही युक्ती तिला सुचली होती आणि ताबडतोब तिचा प्रयोग करून ती मोकळी झाली होती. हीच युक्ती आता इतरत्रही-

तिच्या वृत्ती एकाएकी विलक्षण उत्तेजित झाल्या. स्वतःच्या अमोघ सामर्थ्याचा तिला नव्याने प्रत्यय आला. मिसेस पंड्या, सुशीलाबाई, मिसेस वालावलकर-तिचे मन एकाएकी अगदी वेगळ्याच विचारात बुडून गेले. प्रत्येकीच्या जीवनात काही ना काही लाजण्यासारखे, लपवण्यासारखे असणारच. सुशीलाबाईंचे यजमान फार मोठ्या हुद्यावर होते. अशा माणसाचे 'रेकॉर्ड' रहस्यमय असणारच. मिसेस वालावलकरांची मंजू नाटकात कामे करी. तिचा मित्रमैत्रिणींचा एक खास ग्रुप होता. शिवाय मंजू वागायलाही वाजवीपेक्षा अधिक मोकळी होती. मिसेस पंड्यांनी आपल्या धाकट्या दिरावर कॉलेजात असताना प्रेम केले होते आणि त्याने झिडकारल्यानंतर त्याच्या थोरल्या भावाशी त्या विवाहबद्ध झाल्या होत्या. किती गुपिते, किती रहस्ये, किती संशयास्पद घटना या साऱ्यांच्या मुळाशी दडल्या असतील. दडलेल्या नसल्या तर

कल्पनेने त्या निर्माण करता येतील. अखेर प्रत्येक माणूस आत कुठे तरी अनिश्चयाने पोखरलेलाच असतो. प्रत्येकाचेच मन:स्वास्थ्य आतून हादरलेले असते. सामाजिक प्रतिष्ठा तकलुपी पायावर उभी असते. हे सारे एका फुंकरीने उडवून देणे किती सोपे आहे. प्रत्यक्ष काही बोललेच पाहिजे असे देखील नाही. नुसते एखादे सूचक वाक्य, नुसते एखादे अर्थपूर्ण स्मित, नुसताच एखादा साभिप्राय कटाक्ष- एवढे देखील पुरे होते. तिच्या मैत्रिणी-तिचे सर्वांग एकदम संतापाने शहारून आले. तिच्या मनाचा विलक्षण दाह झाला. इतक्या वर्षांच्या स्नेहानंतर त्या तिला आपल्यामधून पद्धतशीरपणे घालवून देणार होत्या. पण ती अशी सहजासहजी पराभव पत्करणार नव्हती. त्यांचेच शस्त्र ती त्यांच्यावर उलटवणार होती. प्रत्येकीच्या मनात दुसरीविषयी संशय निर्माण करणार होती. प्रत्येकीचे मन दुसरीबद्दल कलुषित करणार होती आणि त्यांच्या फुटीरपणाचा आधार घेऊन प्रत्येकीजवळ आपले स्थान ती पक्के करणार होती.

चित्रपटातली तुटक तुटक दृश्ये दिसावीत तशा तिच्या डोळ्यांसमोरून मालिका सरकू लागल्या. ती मिसेस पंड्यांशी बोलता बोलता सहज त्यांच्या हातावर हात ठेवते आणि म्हणते,

'कॉलेजात दिवसात भाबडेपणाने माणूस करतो काही गोष्टी. घसरतं एकेकदा पाऊल! त्यावर काय त्याच्या उभ्या आयुष्याचं मोल ठरवायचं?'

मिसेस पंड्या शरमेने लाल पडतात. मग चिडतात. संतापतात. ती संधी साधून मिसेस कदमांचे काल्पनिक बोलणे ती त्यांच्या कानावर घालते. मिसेस पंड्या भडकतात आणि यापुढे मिसेस कदमांशी वागताना त्यांच्या मुखावर सतत एक वेगळा, खोटा मुखवटा चढणार असतो.... ती सुशीलाबाईंबरोबर शॉपिंगला गेलेली असते. सुशीलाबाई थकल्या आहेत. शिणल्या आहेत. त्यांचे स्थूल शरीर त्यांनाच पेलवत नाही. त्यांच्या चिडचिडलेल्या मन:स्थितीचा अचूक फायदा घेत ती हलकेच म्हणते-

'मिसेस वालावलकरांचं परवा मला मोठं नवल वाटलं. एखादा माणूस मोठ्या हुद्याच्या जागेवर असला म्हणजे तो लांड्यालबाड्या करूनच तिथवर पोहोचला असेल असा सरसकट अंदाज करायचा का? मला बाई हे अगदी चुकीचंच वाटतं बोलणं- वालावलकरांना शोभत नाही हे-'

सुशीलाबाईंचे डोळे संशयाने धगधगू लागतात. त्या तिला प्रश्न विचारतात. पुन्हा पुन्हा विचारतात आणि मग खाजगी स्वरात ती त्याना सांगू लागते-

ती वालावलकरांच्या प्रशस्त दिवाणखान्यात चहाचे घुटके घेत बसलेली असते. रेकॉर्ड-प्लेअरवर पाश्चात्त्य संगीताची एक रेकॉर्ड लागलेली असते. घट्ट सुरवार पेहनलेली, लांब बाह्यांचा पोकळ कुर्ता अंगात घातलेली, मोकळ्या केसांची मंजू पायाने गाण्याला ताल धरीत शिळेवर तेच गाणे गुणगुणत असते. रेकॉर्ड

संपताच ती उठते. 'ममी, मी बाहेर चाललेय. यायला उशीर होईल.' असे सांगून ती धाडदिशी दार उघडून, पुन्हा तसेच लोटून निघून जाते. मिसेस वालावलकर सचिंत होतात. मुलीबद्दलचे कौतुक, एक सूक्ष्म नाराजी, भय, संशय अशा अनेक भावनांच्या छटा त्यांच्या मुद्रेवरून भरभर उमटून जातात. त्यांची ती विशिष्ट मन:स्थिती ध्यानी घेऊन ती हसत हसत म्हणते,

'तुमची मंजू फार आवडते मला. अशा हसऱ्या, खेळकर, बोलक्या, धीट मुली मनानं फार सरळ अन् निर्मळ असतात. पण लोकांचा स्वभाव किती विचित्र असतो बघा. नाही तिथे त्याना भलभलते दिसायला लागते. परवा मिसेस कदम म्हणत होत्या, 'मंजू जरा जादाच वागते नाही तरी-'

असे हे लोण सारखे पुढे पसरणार होते. मिसेस वालावलकर, मिसेस पंड्या, मिसेस कदम, सुशीलाबाई आता त्यांतली प्रत्येकजण दुसरीकडे संशयाने, भयाने, तिटकाऱ्याने बघणार होती. आणि ती- तिला मात्र प्रत्येकजण आपल्या जवळची, आपली खरी मैत्रीण, हितकर्ती मानणार होती. मध्यंतरी तिच्याशी जरा दुराव्याने वागल्याबद्दल स्वत:ला दोष देणार होती. बाह्यत: मैत्रिणींचे वर्तुळ कायमच राहणार होते. इथून पुढेही त्या सर्वजणी एकत्र जमणार होत्या. खाणार-पिणार होत्या. पार्ट्या, पिकनिक, सिनेमांना जाणार होत्या. पण प्रत्येकजण आता यापुढे आत एकटी असणार होती. आणि कोणत्याही दोघींमध्ये कधी न ओलांडली जाणारी दुर्लंघ्य दरी निर्माण होणार होती-

एक सूक्ष्म आत्मसंतुष्ट हसू तिच्या मुखावर उमलले. कळे न कळेसे. मिसेस कदम एव्हाना सावरल्या होत्या. भानावर येऊन त्या तिला म्हणाल्या,

'आणखी चहा घेशील ना लिली? तुला चहा आवडतो. एखादा आणखी कप चालेल. नाही का?'

त्यावर ती उगीच थोडकेसे हसून म्हणाली, 'आता बाहेर पडलेच आहे, तर अशीच सुशीलाबाईंकडेही एक चक्कर टाकीन म्हणते. तिथे पुन्हा होईलच की चहा!'

■

**

४. वाढदिवस

**

समोरच्या भिंतीवरच्या सुबक घड्याळाने सकाळच्या आठाचे मंजुळ टोले दिले तरी, सुभद्राबाई आपल्या प्रशस्त बेडवर तशाच लोळत राहिल्या. अंगाखालच्या गुबगुबीत, मऊ गादीचे, मस्तक रुतवणाऱ्या सावरीच्या दुलदुलीत उशांचे आणि छातीपर्यंत विसावलेल्या, फिक्या निळसर रंगावर गुलाबी–जांभळी नाजूक फुले चितारलेल्या तलम दुलईचे स्पर्शसुख त्यांना सोडवत नव्हते. ती दुलई परवाच भय्यासाहेबांनी त्यांच्यासाठी आणली होती. फोर्टमध्ये राजस्थानच्या कलावस्तूंचे प्रदर्शन भरले होते तिथून त्यांनी ती खरेदी केली होती.

सुभद्राबाईंची नजर आपल्या बेडरूममध्ये फिरत राहिली. भिंतींचा फिकट पिवळा रंग, वर मोठमोठी काळी डिझाईन्स छापलेले, गडद तपकिरी रंगाचे, हातविणीच्या जाड कापडाचे दाराखिडक्यांवर झुलणारे सुंदर पडदे, कोपऱ्यातले तकतकीत काळ्या रंगाचे प्रशस्त लाकडी कपाट, अरुंद उभट आरसा बसवलेले ड्रेसिंग टेबल, त्यावर ठेवलेल्या प्रसाधनाच्या नानाविध वस्तू- सुभद्राबाईंचे डोळे एकेका गोष्टीवरून हळुवारपणे सरकत होते आणि एकेका वस्तूच्या दर्शनाबरोबर तिचा इतिहास त्यांना आठवत होता.

भय्यासाहेबांनी आणि सुभद्राबाईंनी गेल्या वीस वर्षांत जोडलेला, उभा केलेला हा संसार. मुंबईच्या श्रीमंत विभागात पाचसहा वर्षांपूर्वी खरेदी केलेला हा राजेशाही फ्लॅट. त्या पतिपत्नींनी, त्यांच्या दोन मुलांनी ज्याची कल्पनाचित्रे अनेकदा रंगवली होती ते हे त्यांचे घर, त्यांच्या मालकीचे.

फ्लॅट खरेदी करण्यापूर्वी केलेले नाना प्रकारचे बेत सुभद्राबाईंना आठवले. त्याच्या सजावटीवरून घरात कडकडून भांडणे व्हायची. कुठली खोली कुणी घ्यायची इथपासून ते पडद्यांना कोणते कापड बरे दिसेल, इथपर्यंत प्रत्येकाचे स्वतंत्र

मत असायचे. अन् ते मत त्या त्या व्यक्तीने हिरिरीने मांडायचे. बराच वेळ अशा वादावादीत गेल्यानंतर भय्यासाहेब काही तरी मस्करी करीत अन् मग भांडणाचे पर्यवसान हसण्यात होई. त्या दिवसांतल्या किती अपेक्षा. किती कासाविशी. मध्येच मनाला लागणारी अज्ञात हुरहुर. खरे तर एवढा मोठा फ्लॅट घेणे आपल्याला परवडेल असे सुभद्राबाईंना किंवा भय्यासाहेबांना स्वप्नातही कधी शक्य वाटले नव्हते; पण भय्यासाहेबांचा मरगळू लागलेला ट्रान्सपोर्टचा बिझिनेस अकस्मात सावरला. तो उत्तम रीतीने चालू लागला. घरात पैसा धो-धो येऊ लागला आणि मुंबईत स्वत:च्या मालकीचे घर असावे हे त्या कुटुंबाचे स्वप्न साकार झाले.

फ्लॅट घेतल्यावर त्याच्या सजावटीला उशीर लागला नाही. पैशाने सारेच प्रश्न सोपे होत नाहीत का? सुभद्राबाईंनी आणि मुकुंद-नीला या त्यांच्या मुलांनी अतिशय हौसेने सारा फ्लॅट सजवला. रेफ्रिजरेटर, कुकिंग रेंज, सोफासेट, पंखे, कपाटे, रेडिओग्राम, फोन, दिवाणखान्यातले विजेच्या दिव्यांचे सुंदर झुंबर- एकामागून एक देखण्या वस्तू घरात भराभर आल्या. तीन बेडरूम्स, मोठा थोरला दिवाणखाना सर्व सोयींनी युक्त असलेले स्वयंपाकघर, आरामशीर स्नानगृहे, मोठमोठ्या गॅलऱ्या, आणि त्या गॅलऱ्यांत उभे राहिल्यावर आपल्यासारख्याच श्रीमंत, पैसेवाल्या शेजाऱ्यांचे, त्यांच्या ऐटबाज संसारांचे त्यांच्या फ्लॅटच्या गॅलऱ्यांतून होणारे ओझरते सुभग दर्शन, नाजूक स्मिते, एखाददुसऱ्या आर्जवी शब्दाची देवघेव, जेवण, चहापार्ट्या, सोशल लाईफ-

श्रीमंती ही किती अजब गोष्ट आहे. 'तिळा उघड' म्हटल्याबरोबर रत्नांचे लखलखते भांडार समोर उघडे व्हावे तद्वत पैशामुळे सहज साध्य होणारी सुखे, सोयी, विलास-सुभद्राबाईंना गेल्या पाच वर्षांतले या फ्लॅटमधले आपले जीवन आठवले. माणूस चैनीला आणि सुखविलासाला किती लवकर सरावतो! पाच वर्षांपूर्वी चाळीच्या गजबजाटात, घरोघर किंचाळणाऱ्या रेडिओच्या आवाजात ज्या मुकुंदाने आणि नीलाने आपला शाळेचा अभ्यास बिनतक्रार केला होता आणि परीक्षांत उत्तम यश मिळवले होते, त्याच मुलांना आता कोणी घरात जरा आवाज केला तर खपत नसे. त्यांना 'डिस्टर्ब' व्हायला होई. त्यांच्या खोलीत जाताना दारावर टक्टक् करावे लागे. सुभद्राबाईंना हसू आले. त्या स्वत:शी म्हणाल्या, 'आहे बिचाऱ्यांच्या नशिबानं ऐश्वर्य. का भोगून घेऊ नये त्यांनी?' या दोन मुलांसाठी तर भय्यासाहेब आणि सुभद्राबाई या दोघांनी जिवाचा आटापिटा करून सारा संसार उभा केला होता. मग त्यांचे लाड आईवडिलांनी नाहीत तर कुणी पुरवायचे! आणि तसेच म्हटले तर, सुभद्राबाईंच्या सवयी देखील गेल्या पाच वर्षांत किती तरी बदलल्या होत्या. आता घरात पूर्ण वेळ काम करणारे गडी होते. स्वयंपाकाला बाई होत्या. तरी एखादे दिवशी थोडे काम पडले, बाहेरून फिरून आले की, सुभद्राबाईंना

थकायला व्हायचे. त्याचा वयाशी, प्रकृतीशी संबंध नव्हता. मनच आळशी आणि सुखासीन बनले होते.

गेल्या पाच वर्षांतल्या अनेक लहानमोठ्या घटना सुभद्राबाईंना आठवल्या. जे हवेसे वाटले ते पिकल्या फळासासारखे कसे अलगद ओठी यायचे. अमुक एक इच्छा सुभद्राबाईंनी किंवा मुलांनी व्यक्त केली आणि भय्यासाहेबांनी ती पुरवली नाही असे कधीच झाले नव्हते. मखमलीच्या पायघड्यांवरून चालल्यासारखे दिवस जात होते. प्रसन्न, सुगंधी झुळका वाहात होत्या. अंगावर सुख जसे काही पांघरले होते- त्या तलम निळसर फुलाफुलांच्या दुलईसारखेच.

त्या कल्पनेने सुभद्राबाईंना हसू आले. मग त्यांनी आळसटपणे एक जांभई दिली. भय्यासाहेब सकाळीच कामावर निघून गेले होते. मुकुंद आणि नीला कुठेशी ट्रिपला गेली होती मित्र-मैत्रिणींबरोबर. गडी बाहेर दिवाणखाना साफ करीत होता. सखूताई कधीच येऊन स्वयंपाकघरात आपल्या उद्योगाला लागल्या असतील. सर्व घरात पूर्ण शांतता नांदत होती. सुभद्राबाईंना क्षणभर कसे विचित्रच वाटले. ती भलीमोठी बेडरूम, जागच्या जागी स्तब्ध उभे असलेले तिथले ते फर्निचर, मधूनच एखाद्या झुळकेनं किंचित विलग होणारे ते पडदे आणि ती विलक्षण परिपूर्ण शांतता-सारे सुभद्राबाईंना अंगावर आल्यासारखे वाटले. कुठल्या तरी अगदी अनोळख्या जागी आपण कोंडल्या गेलो आहोत असा त्यांना भास झाला. दारावरचा पडदा हलला तेव्हा त्या भयंकर दचकल्या.

दारात सखुताई उभ्या होत्या.

त्यांना पाहून सुभद्राबाईंना एकदम हायसे वाटले. सखूताई विनयाने म्हणाल्या,

'बरं नाही आहे का आज आपल्याला?'

'मला? छे बाई! मला काय झालंय!' लगबगीने उठून बसत, किंचित ओशाळलेल्या स्वरात सुभद्राबाई म्हणाल्या.

'इतका वेळ उठला नाहीत म्हणून मला आपलं वाटलं, प्रकृती बरी नसेल.' सखूताई मर्यादेने बेतशीर हसून म्हणाल्या, 'खरंच, बरं वाटत नसलं तर चहा इकडे आणते. तोंड धुऊन चहा घेतला तर बरं वाटेल.'

'छे छे सखूताई, मला काही झालेलं नाही हो.' सुभद्राबाई म्हणाल्या, 'उगीच आपली लोळत पडले होते झालं. माझ्यासाठी ताजा चहा टाका. मी येतेय तिकडं स्वयंपाकघरात. खरंच.'

आणि त्या गोड हसल्या. सखूताईचे समाधान झाल्यासारखे दिसले. त्या स्वयंपाकघराकडे निघून गेल्या.

सखूताई गेल्या आणि सुभद्राबाई पुन्हा बिछान्यावर आडव्या झाल्या. आज त्यांना खरेच काही तरी होत होते. शारीरिक नव्हे, मानसिक. अलीकडे त्यांना असेच

कधी कधी उदास वाटायचे. मन एका अनामिक हुरहुरीने व्यापून जायचे; काही तरी चुकल्यासारखे वाटायचे. अन् त्याचे नेमके कारण न सापडल्यामुळे मन आणखीनच खिन्न व्हायचे.

पण आज त्यांच्या हुरहुरीला नेमके अग्र आले होते. कारण मिळाले होते. कारण म्हटले तर क्षुल्लक. म्हटले तर महत्त्वाचे.

आज सुभद्राबाईंचा वाढदिवस होता. सत्तेचाळिसावा वाढदिवस. अन् घरात कुणाच्याच ते ध्यानात राहिले नव्हते. सुभद्राबाईंच्या मनात सलत होते ते हे. खरे म्हणजे हीही चैन अलीकडच्या पाच वर्षांतलीच. चाळीत त्या राहात असताना त्यांनी कधीच स्वतःचा किंवा भय्यासाहेबांचा वाढदिवस साजरा केला नव्हता. इतक्या प्रौढ माणसांचे कुणी जन्मदिवस साजरे करीत असतील असेही त्यांना कधी वाटले नव्हते. चाळीत राहात असताना मुलांचे वाढदिवस मात्र त्या नेमाने साजरे करीत. सकाळी मुलांच्या आवडीचा एखादा पदार्थ करावा. जेवायच्या आधी त्याला ओवाळावे. संध्याकाळी भय्यासाहेबांनी मुलांना फिरायला न्यावे. वाढदिवस असेल त्या मुलाला एखादी छोटीशी वस्तू विकत घेऊन द्यावी की, संपला वाढदिवसाचा कार्यक्रम.

इथं या श्रीमंत सोसायटीत फ्लॅट घेऊन राहिल्यावर मात्र, तिथल्या रहिवाश्यांकडे वाढदिवसाची बोलावणी सुभद्राबाईंना येऊ लागली. लहान मुलांप्रमाणे त्यांच्या घरच्या वडीलधाऱ्या माणसांचेही वाढदिवस तिथे साजरे व्हायचे. पार्ट्या व्हायच्या. सुभद्राबाई अशा दोनतीन पार्ट्यांना गेल्या. मग मुले त्यांना म्हणाली,

'आई, तुझा नि भय्यासाहेबांचा पण वाढदिवस आपण साजरा करत जाऊ या.'

मुलांच्या त्या सूचनेने सुभद्राबाई आधी लाजल्या, मग सुखावल्या आणि मग त्यांचा जन्मदिवस नेमका ध्यानात ठेवून मुलांनी फ्लॅटमधल्या पहिल्याच वर्षी तो थाटानं साजरा केला. भय्यासाहेबांनी त्यांना सुंदरशी साडी आणली. नीलाने 'इंटिमेट' सेंट दिला आणि मुकुंदाने एक डझन नाजूक पण भारी हातरुमाल दिले. सखूताईंनी गोड करंज्या करून त्यांना खाऊ घातल्या नि संध्याकाळी साऱ्यांनी मिळून एक सिनेमा पाहिला. त्यानंतर ओळीने तीन वर्षे मुले न चुकता त्या दिवसाची आठवण ठेवीत आली होती. पण आज, आज मात्र मुले विसरली. भय्यासाहेब विसरले. मुले ट्रिपला जाण्याच्या धांदलीत विसरली असावीत. भय्यासाहेबांचे ऑफिसचे-कारखान्याचे काम हल्ली फार वाढले होते-

आज सुभद्राबाईंचा सत्तेचाळिसावा वाढदिवस आणि घरात कुणाच्याही ते ध्यानात राहिले नव्हते.

सुभद्राबाई स्वतःवरच रागावल्या. स्वतःशी भांडल्यासारख्या त्या स्वतःला म्हणाल्या, 'हे का वाढदिवस साजरा करायचं वय? नसेल राहिलं भय्यासाहेबांच्या ध्यानात. नसेल झाली मुलांना आठवण. त्याचं काय एवढं मोठं? असल्या क्षुल्लक

गोष्टी मनाला लावून घेणं हाच वेडेपणा आहे.'

त्यांनी जोराने मान हलवली. जणू मनातले विचार त्यांनी झटकून टाकले. मग त्या बिछान्यावरून उठल्या. आरशापुढे जाऊन उभ्या राहिल्या. त्यांनी स्वत:कडे नीट निरखून पाहिले. केसांत मधूनमधून पांढऱ्या रेषा उमटल्या होत्या. गाल जरासे उतरले होते. या वयातही बांधा अजून ढळला नव्हता. पण श्रीमंतीची स्थूलता अंगावर चढू लागली होती. आपण पहिल्यासारख्या आता छान दिसत नाही असे सुभद्राबाईंच्या मनात आले. 'वय जाणवायचंच की आता!' त्या स्वत:शीच पुटपुटल्या. जरा हसल्या; जरा उदास झाल्या. आरशापासून माघारी वळल्या आणि शेजारच्या बाथरूममध्ये गेल्या.

आंघोळ करताकरता त्यांना पुन्हा जुने दिवस आठवू लागले. गिरगावच्या चाळीतल्या दोन छोट्या खोल्यांत त्यांचा संसार सुरू झाला होता. पाण्यासाठी रात्रीबेरात्री उठावे लागे. नळावर रांगेत उभे रहावे लागे. बाहेरची खोली बरी होती. पण स्वंयपाकघर अंधेरे असल्यामुळे दुपारी चार वाजल्यापासून तिथे दिवा जळत असायचा. शेजारणींशी मारलेल्या गप्पा. पिठामिठापासून, तो लहानशा रकमेपर्यंत करावी लागणारी उसनवारी, क्वचित होणारी भांडणे, मुलांनी आणलेल्या तक्रारी- तशा चाळीतल्या त्या जीवनात खूपच उणिवा होत्या. पण अलीकडे वाटे अशी हुरहूर मात्र तिथे कधीच मनाला लागल्याचे सुभद्राबाईंना आठवेना. तिथले ते आयुष्य-ती उत्कटता, नवराबायकोत कधी कधी कडकडून होणारी भांडणे; पण तितकेच कडकडून केलेले ते प्रेम-

सुभद्राबाईंना एकदम आवेगाने वाटले, पुन्हा एकदा चाळीतल्या त्या दोन खोल्यांत जावे. पुन्हा एकदा तिथे संसार थाटावा.

अंघोळ करून त्यांनी कपडे बदलले. चहा घेतला. सखूताईंना स्वयंपाकाबद्दल काही सूचना दिल्या. सखूताईंनाही आज वाढदिवसाची आठवण नव्हती. सुभद्राबाईंच्या मनात आले, नवरा आणि मुलेसुद्धा हा दिवस विसरली, मग सखूताईंना बिचाऱ्यांना का दोष द्यायचा?

दिवाणखान्यातला फोन वाजला. सुभद्राबाई उत्सुकतेने दिवाणखान्यात गेल्या. त्यांना वाटले, ट्रिपला गेलेल्या मुलांना अकस्मात आठवण झाली असेल. कदाचित भय्यासाहेबांना आठवले असेल. एका गोड अपेक्षेने त्यांचे सर्वांग थरारले. त्यांनी आवेगाने फोन उचलला. भय्यासाहेबच बोलत होते. पण त्यांना वाढदिवसाची आठवण नव्हती. दुपारच्या जेवणाला ते घरी येणार नव्हते. काही बिझिनेस डीलिंगसाठी एक पार्टी ॲरेंज केली होती. तिथे त्यांना जायचे होते.

सुभद्राबाई खट्टू झाल्या. आणि मग त्यांना एक वेगळीच जाणीव झाली. आज दिवसभर त्या घरी एकट्याच राहणार होत्या. मुले सायंकाळी उशिरा घरी परत

येणार होती. भय्यासाहेबही उशिराच येणार होते. सगळा दिवस डोंगरासारखा त्यांच्यासमोर उभा राहिला. सखूताईंना जेवायला ठेवून घ्यावे असे त्यांच्या मनात आले; पण काही एका निग्रहाने त्यांनी तो विचार दूर सारला. एकटेपणा जर अटळ असेल, अपरिहार्य असेल तर तो पत्करायलाच हवा, असे त्यांनी ठरविले.

जेवणानंतर त्या पुन्हा बेडरूममध्ये आल्या, पण तिथे त्यांना चैन पडेना. मग एखाद्या भुतासारख्या त्या सबंध घरात हिंडत राहिल्या. दिवाणखाना, स्वयंपाकघर, मुलांच्या बेडरूम्स, पुन्हा दिवाणखाना–त्या एकसारख्या फिरत होत्या. इतका जिवाचा आटापिटा करून घेतलेले हे घर, इतक्या हौसेने जमवलेल्या या नाना प्रकारच्या सुंदर वस्तू, हे चकचकीत फर्निचर, या सुखसोयी- सारे आपल्याला आज इतके अनोळखी, इतके परके का वाटत आहे हे त्यांना कळेना आणि आपल्याला नेमके काय हवे आहे हेही त्यांना उमगेना. त्यांचे मन विलक्षण आर्त, व्याकुळ झाले. त्या दिवाणखान्यात जाऊन कोचावर बसल्या. स्वयंपाकघरात गेल्या. फ्रीज उघडून त्यातून पेलाभर थंड पाणी घेऊन प्याल्या. पण कशानेही त्यांची तगमग निवेना.

दुपार कलली. संध्याकाळ झाली, आणि कातरवेळेच्या अनामिक उदासीनतेनं सुभद्राबाईंचे मन पूर्ण व्यापून टाकले. फ्लॅट नव्हे, तर हा एक तुरुंग आहे आणि कधी न संपणाऱ्या एका कैदेची शिक्षा आपण अनुभवीत आहोत अशी विचित्र कल्पना त्यांना भेडसावू लागली. श्रीमंतीची, सुखवस्तूपणाची कैद!

संध्याकाळी भय्यासाहेब घरी येईतो सुभद्राबाईंची मन:स्थिती अत्यंत विचित्र झाली होती. एकाकीपणा असह्य होऊन त्यांनी घरातले एकूण एक दिवे लावून टाकले होते. सारे घर झगमगत होते.

भय्यासाहेब कामावरून घरी परत आले, तेव्हा घरातला लखलखाट बघून ते आश्चर्यचकित झाले.

'काय बुवा प्रकार आहे? आज दिवाळी तर नाही ना?' ते गमतीने म्हणाले.

'आज वाढदिवस आहे माझा' असे विक्षिप्त उत्तर सुभद्राबाईंच्या ओठावर आले. पण ते त्यांनी गिळून टाकले.

अंगावरचे बाहेरचे कपडे बदलून, हाततोंड धुऊन भय्यासाहेब दिवाणखान्यात आले. 'हुश्श' करून कोचावर ऐसपैस बसले. मग शिणलेल्या स्वरात ते म्हणाले, 'थकलो बुवा भयंकर. सारा दिवस धावपळीत गेला. छे छे! फार प्रेशर वाढलंय कामाचं अलीकडं! जितका व्याप तितका संताप हेच खरं!'

सुभद्राबाई काही बोलल्या नाहीत. त्यांचे मन मात्र स्फोटक बनू लागले होते.

'मुलं दिसत नाहीत कुठं ती?' भय्यासाहेबांनी विचारले.

'ती गेली आहेत ट्रिपला, मित्रमंडळींबरोबर.' सुभद्राबाई म्हणाल्या, 'रात्री दहाशिवाय येणार नाहीत.'

'अरे! मग दिवसभर तू एकटीच घरी होतीस तर!'

'होय, एकटीच होते.' सुभद्राबाई मलूलपणे म्हणाल्या, आणि मग एकाएकी अलीकडे स्वत:ला जाणवू लागलेल्या, अखंड मन पोखरणाऱ्या हुरहुरीचे कारण त्यांना सापडले. हे एकटेपण. कुटुंबातल्या माणसामाणसांत उभ्या राहिलेल्या या भिंती. भय्यासाहेबांचा व्याप वाढला होता. मुलांना त्यांचे स्वतंत्र सोशल लाईफ हवे होते आणि सुभद्राबाई वगळल्यासारख्या बाजूला पडल्या होत्या. ते त्यांना डाचत होते. खुपत होते. त्यांना वाढदिवस नको होता. त्या निमित्ताने साऱ्यांनी त्यांची आठवण ठेवणे- त्यांच्याभोवती गोळा होणे, त्यांच्या सुखाची कदर करणे- ते त्यांना हवे होते आणि ते होत नाही म्हणून त्यांचा जीव कासावीस होत होता.

तसे पाहिले तर, फ्लॅटमध्ये राहायला आल्यापासून तिथल्या बायकांनी सुभद्राबाईंनाही असेच घेरून, गुंतवून टाकले होते. सिनेमा, शॉपिंग, प्रदर्शने बघणे, महिलामंडळ, पार्ट्या- एक ना दोन, अनेक गोष्टींत सुभद्राबाईही गुरफटून गेल्या होत्या; पण त्यात त्यांना रस नव्हता. त्याची त्यांना उत्सुकताही नव्हती. आपले करायचे म्हणून त्या ते सारे करीत इतकेच. त्यांना हवी होती आपली माणसे. आपला संसार. आपले घरकुल. चाळीत होते तसे.

पण त्या घरकुलाचा विस्तार आता मोठ्या फ्लॅटमध्ये झाला होता. दोन खोल्यांचे पाचसहा खोल्यांत रूपांतर झाले होते आणि त्यांचे घर तुकड्यातुकड्यांनी त्या खोल्यांतून विखरून पडले होते. ऐश्वर्याच्या शापाने बंदिस्त झाले होते.

सुभद्राबाईंच्या मनात हे सारे अस्पष्ट विचार असे आवेगाने दाटून आले की, ती मनोव्यथा पतीपाशी बोलून दाखवावी अशी तीव्र ऊर्मी त्याना आली. त्यांनी भडाभडा बोलण्याचाही प्रयत्न केला. पण आपल्याला जे जाणवत आहे ते शब्दांत मांडणे मुळीच सोपे नाही हे त्यांच्या लवकरच ध्यानात आले. मग करता येण्याजोगी एकच गोष्टी होती ती त्यांनी केली. त्या हताशपणे, अगतिकपणे पतीच्या जवळ सरकल्या.

कसे कोण जाणे, पण त्यांना काय हवे होते ते भय्यासाहेबांना समजले. त्यांनी सुभद्राबाईंना जवळ घेतले. त्या एकदम पतीच्या मिठीत शिरल्या. त्यांच्या छातीवर मस्तक टेकून निवांत राहिल्या आणि त्यांच्या डोळ्यांत आपले पाणीच आले. त्यांचे सर्वांग गदगदू लागले. ओठातून हुंदका फुटला. आपल्या भावनावेगाचे त्यांना नवल वाटले. लाजही वाटली. भय्यासाहेबांना काय वाटेल, असा ओझरता विचारही त्यांच्या मनाला शिवून गेला.

भय्यासाहेबांनी सुभद्राबाईंच्या पाठीवरून हात फिरवला. काही वेळ त्यांना तसेच मूकपणे रडू दिले. मग आपली मिठी सैल करीत ते त्यांना म्हणाले,

'रडायला काय झालं?'

सुभद्राबाईंनी लगबगीने डोळे पुसले. आपल्या मनात दाटलेले निराकार दु:ख

पतीजवळ व्यक्त करणे अशक्य आहे हे त्यांना कळून चुकले होते. त्या इतकेच म्हणाल्या,

'अलीकडे तुमचं माझ्याकडे लक्षच नसतं.'

भय्यासाहेब मोठ्यांदा हसले. मग किंचित ओशाळलेल्या स्वरात ते सुभद्राबाईंना म्हणाले,

'हसलो म्हणून रागावू नकोस. पण तुला एक गंमत सांगतो. खरं तर हीच तक्रार मी नेमकी तुझ्याबद्दल करणार होतो. तू माझ्याकडे पूर्वीसारखं लक्ष देत नाहीस असं मला म्हणायचं होतं. ते तू म्हणालीस म्हणून हसू आलं मला!'

सुभद्राबाई चपापल्या. भय्यासाहेबांच्या विधानाला विरोध करण्यासाठी त्यांनी ओठ उघडले, पण पुन्हा त्यांनी ते लगेच मिटून घेतले. भय्यासाहेबांच्या बोलण्यातले तथ्य त्यांना नाकारता येईना. घराचा पसारा, नातेवाईकांची देखभाल, बाहेरचे हिंडणेफिरणे, शॉपिंग, सोशल एंगेजमेन्टस, या साऱ्यांत आपण फार गुरफटलो आहोत असे आताच त्यांच्या ध्यानी आले नव्हते का? पण जे एकाकीपणा आपल्याला जाणवत आहे, तीच व्यथा आपल्या पतीलाही जाणवत असेल, हे मात्र त्यांच्या मुळीच लक्षात आले नव्हते. त्या अपराधी मुद्रेने पतीकडे बघत राहिल्या.

भय्यासाहेब क्षणभर स्तब्ध होते. मग ते हलकेच म्हणाले, 'तुझा अनुभव काय असेल तो असो. मला कधीकधी लग्नानंतरचे ते सुरुवातीचे दिवस आठवतात. चाळीमधलं दोन खोल्यांतले ते आयुष्य आठवतं. तेव्हा आपण खूप अडचणीत दिवस काढले. पण आपण सुखही खूप भोगलं. या आलिशान फ्लॅटमध्ये,साऱ्या सुखसोयींनिशी राहात असतानादेखील त्या सुरुवातीच्या दिवसांच्या आठवणीनं मन आर्त होतं. व्याकुळ होतं. ते दिवस पुन्हा यावेत असं वाटतं-'

सुभद्राबाईंना वाटले, आपलेच विचार भय्यासाहेब बोलून दाखवीत नाहीत ना?

भय्यासाहेब खिन्नपणे हसले. मग ते म्हणाले,

'पण ते दिवस गेले ते कायमचेच हरवले. आता ते पुन्हा कधी यायचे नाहीत. आणि यदाकदाचित ते दिवस आपण पुन्हा अनुभवू शकलो, तरी त्यांतला तो गोडवा आज पुन्हा प्रत्ययाला येईल की नाही, शंकाच आहे. तुला काय वाटतं?'

भय्यासाहेबांनी पत्नीकडे उत्सुकतेने पाहिले, पण त्या काही बोलल्या नाहीत. उलट भय्यासाहेबांनीच आणखी बोलावे अशी त्यांची अपेक्षा दिसली.

भय्यासाहेब किंचित हसून पुढे बोलू लागले.

'का कुणास ठाऊक, मला माझ्या लहानपणाच्या काही आठवणी येताहेत आज. पावसाळा होता. मी कधीतरी अंगणात मूठभर चिंचोके फिस्कारले होते. ओल्या जमिनीत ते रुजून आले. चिंचोक्यांच्या दुहेरी खापा कशा मऊ मऊ झाल्या होत्या. त्यात बाभळीचा काटा टोचला की सुरेख भिंगरी तयार व्हायची. मी

अधाशीपणाने चिंचोक्यांच्या खूप खापा काढल्या, त्यांत काटे टोचले अन् भिंगऱ्याच भिंगऱ्या तयार केल्या. नंतर त्या साऱ्या भिंगऱ्या मी एका लहानशा डबीत ठेवून दिल्या. मला वाटलं आपल्याला कित्येक महिने त्या भिंगऱ्या पुरतील-'

स्वत:च्याही नकळत सुभद्राबाई भय्यासाहेबांच्या त्या आठवणीत गुंगून गेल्या. आतुरतेनं त्यांनी विचारलं,

'मग काय झालं?'

भय्यासाहेब विषण्ण हसले. ते म्हणाले,

'काही दिवसांनी मी ती डबी उघडली आणि मला एकदम रडूच कोसळलं. माझ्या त्या भिंगऱ्यापैकी अर्ध्या भिंगऱ्या कुजून काळ्या पडल्या होत्या. अर्ध्यांवर बुरशी चढली होती. मी त्या सगळ्या भिंगऱ्या फेकून दिल्या.'

सुभद्राबाई ऐकत होत्या. मग त्या म्हणाल्या,

'दुसरी कोणती आठवण?'

'एकदा मी एक फुलपाखरू पकडलं होतं. पिवळंधमक फुलपाखरू नि वर काळेभोर टपोरे ठिपके. मी ते पकडून काड्याच्या पेटीत ठेवलं. कोंडून. त्याच्या गळ्यात दोरी बांधून मी मुलांना त्याची सर्कस दाखवणार होतो. पण दुसऱ्या दिवशी पेटी उघडून बघतो तो काय, फुलपाखरू मरून गेलं होतं आणि त्याचे मखमली पंख गळून पडले होते. पिवळे–काळे रंग वठून मलूल झाले होते-'

दोघेही पतिपत्नी काही काळ स्तब्ध उदास होती. जणू ते फुलपाखरू आताच त्यांच्यापुढे मरून पडले होते.

क्षणभराने एक उसासा टाकून भय्यासाहेब म्हणाले,

'आजच या आठवणी मला का येताहेत, कुणास ठाऊक!'

सुभद्राबाईंनी नुसतीच मान हलवली. त्याचा काय वाटेल तो अर्थ होण्यासारखा होता. पण त्यांना न उमगलेले काही तरी उमगत होते. काळोखात उजेडाच्या फटी पडाव्यात तसे काहीसे त्यांना वाटत होते.

घडीभराने स्वयंपाकघराकडे जाताना त्या पतीला बिलगत म्हणाल्या,

'आज माझा वाढदिवस होता अन् तुम्ही ते विसरलात.'

भय्यासाहेब हसले. ते म्हणाले,

'होय. विसरलो खरा. पण खरं सांगू का? कशाला हे वाढदिवस साजरे करायचे? मला तुझ्यामध्ये वाढत्या वयाची कधी जाणीवच होत नाही. मला आजही तू दिसतेस त्या पहिल्या दिवसांतल्यासारखीच. सावळी, सडसडीत, लवलवत्या हालचाली अन् चेहऱ्यावर, डोळ्यांत लाजरा-बुजरा भाव. तेच रूप सतत मनात असतं माझ्या.'

सुभद्राबाई चक्क लाजल्या. 'इश्श' म्हणून त्यांनी पतीच्या छातीशी आपले

तोंड लपवले. क्षणभर त्या प्रशस्त स्वयंपाकघरात चाळीतले अंधेरे वातावरण निर्माण झाले. जुन्या आठवणीत दोघे गुंतून गेले.

तोच दारावरची बेल खणखणून वाजली.

पतीपासून दूर सरकत सुभद्राबाई म्हणाल्या,

'मुलं आली वाटतं!'

आणि त्या दार उघडण्यासाठी दिवाणखान्याकडे वळल्या. मंद गतीनं. थकलेल्या पावलांनी.

∎

**

५. सुनीतीची सासू

**

सुनीती आमच्या अगदी खास वर्तुळातली, आम्हा साऱ्यांची आवडती अशी मैत्रीण. तिचे लग्न ठरले तेव्हा, तिच्याइतकाच आनंद आम्हांलाही झाला. तिला स्थळ खूपच चांगले मिळाले होते. मराठा समाजातले खानदानी घराणे. सासरे श्रीमंत बागाईतदार. नवरा, हिंदुराव अमेरिकेतून वैद्यकीय क्षेत्रातली उच्च पदवी संपादन करून आलेला. त्याचा मुंबईला उत्तम स्थितीत चालणारा दवाखाना. धाकटा दीर खासेराव राजकारणाच्या क्षेत्रात झपाट्याने पुढे येत असलेला. आज ना उद्या त्याच्याकडे एखादे उपमंत्रिपद किंवा तसलीच अधिकाराची जागा चालून येणार यात शंका नव्हती. गावाकडे प्रशस्त वाडा, बागाईतीच्या ठिकाणी मळ्याला लागून सुंदर बंगला. मुंबईत मरीन लाइन्सवर ओनरशिपचा भारी फ्लॅट. घरच्या दोन गाड्या. सुनीतीने खरेच नशीब काढले होते.

घरंदाज पण मोडकळीला आलेल्या मराठा घरातली, रूपाने सामान्य; पण अंगापिंडाने धडधाकट, अभ्यासात अतिशय हुशार आणि स्वभावाने अत्यंत सालस असलेली ही मुलगी केवळ दैवाच्या बळावर अशा श्रीमंत, सुशिक्षित आणि सुसंस्कृत घरात पाऊल ठेवीत होती. दैवाच्या बळावर असेच म्हणायला हवे. कारण सुनीतीचे हे लग्न कथा-कादंबऱ्यांतच शोभून दिसेल अशा विचित्र योगायोगाने ठरले होते. आपल्या मामेबहिणीच्या लग्नाला गेलेली सुनीती, तिथे आलेल्या हिंदुरावाच्या नजरेस पडली. भोवतालच्या झगमगत्या, फॅशनेबल, नानातऱ्हेच्या अत्याधुनिक प्रसाधनांनी, केशभूषांनी अन् वेशभूषांनी सजलेल्या स्त्रियांच्या रंगीत, किलबिलत्या मेळाव्यात साध्यासुध्या वेषातल्या, अबोल, अकृत्रिम सुनीतीने केवळ आपल्या वेगळेपणानेच बाळासाहेबांचे-हिंदुरावांचे लक्ष वेधून घेतले.

अमेरिकेत जवळजवळ सहा वर्षे शिक्षणासाठी काढलेल्या तरुण, रसिक

आणि बुद्धिमान हिंदुरावला फॅशनचे काहीच अप्रूप नव्हते. ती पाहून पाहून त्याचे डोळे शिणून गेले होते. त्या डोळ्यांत सुनीतीचे साधे, निर्व्याज, शालीन रूपच उत्कटपणे भरले; आणि घरी जाताच त्याने आपल्याला हीच बायको हवी असे आईवडिलांना सुचवले. श्रीमंतीत आणि सामाजिक दर्जात खूप अंतर असले तरी मोहिते आणि शिर्के ही दोन्ही मराठा घराणी सारख्याच तोलामोलाची होती. म्हणून हिंदुरावाने आपली मनीषा बोलून दाखवताच डॉ. हिंदुराव मोहिते आणि कु. सुनीती शिर्के या उभयतांचा विवाह ताबडतोब ठरवला गेला आणि मरीन लाइन्सला असलेल्या 'सागरदर्शन' या सुंदर इमारतीतल्या मोहित्यांच्या भल्याथोरल्या, वैभवसंपन्न फ्लॅटमध्ये साखरपुड्याचा समारंभही खूप थाटामाटाने साजरा झाला.

सुनीतीच्या साखरपुड्याला आम्ही सगळ्याजणी मैत्रिणी अर्थातच हजर होतो. सुनीतीचे श्रीमंत सासर जवळून बघण्याची तर आमची सर्वांची इच्छा होतीच पण त्याहीपेक्षा आम्ही अधिक उत्सुक होतो, सुनीतीची सासू बघण्यासाठी. अगदी मनाच्या तळातली गोष्ट सांगायची तर, हिंदुरावला बघण्यापेक्षाही त्याच्या आईला बघण्याचे आम्हांला अधिक कुतूहल होते. त्या कुतूहलाला तसेच कारणही होते. सुनीतीची सासू, तरुलताबाई मोहिते हे एक बडे प्रस्थ होते. अगदी दरिद्री घरातून मोहित्यांच्या घरात पाऊल टाकलेल्या तरुलताबाईंनी सासरी येताच झपाट्याने स्वतःची प्रगती करून घेतली होती. त्या जुन्या जमान्यात खानदानी मराठा घराण्यांतून गोषाचे फार कडक निर्बंध असायचे; पण त्यातूनही मार्ग काढून, घरी शिक्षकीण ठेवून तरुलताबाईंनी प्रथम शाळेचे व नंतर कॉलेजचे शिक्षण पूर्ण केले होते आणि साऱ्यांना आश्चर्याचा धक्का दिला होता. जुन्या काळातली पदवीधर मराठा महिला म्हणून, तरुलताबाईंचे तेव्हा खूपच कौतुक झाले होते. निरनिराळ्या वर्तमानपत्रांतून त्यांचे फोटोही आले होते. पण तरुलताबाई महत्त्वाकांक्षी होत्या. केवळ पदवी मिळाली यावर त्यांचे समाधान होण्यासारखे नव्हते. शिक्षण पूर्ण होताच त्या समाजकार्य करू लागल्या. अखिल भारतीय मराठा महिला परिषद, समाज कल्याण समिती, बालकल्याण संस्था, वेगवेगळी रिमांड होम्स, धान्यवाटप समिती अशा कितीतरी संस्थांशी तरुलताबाईंचा घनिष्ठ संबंध होता. कुठे अध्यक्ष, कुठे उपाध्यक्ष, कुठे चिटणीस तर कुठे खजिनदार अशा अनेक नात्यांनी त्या या संस्थांतून काम करीत. केवळ समाजकार्यातच तरुलताबाईंना गती होती असे नव्हे. त्यांचे व्यक्तित्व फार संपन्न होते. परिषदेच्या निमित्ताने देशात-परदेशांत त्यांनी अनेकदा दौरे केले होते. त्यांचे वाचन बहुविध होते. त्या सतार उत्तम वाजवीत आणि तितक्याच त्या पाककुशलही होत्या. सुनीतीच्या सासूची ही सारी ख्याती आम्ही ऐकत आलो होतो. अशा कर्तबगार, बुद्धिमान स्त्रीला जवळून बघण्याचे, तिचा परिचय करून घेण्याचे औत्सुक्य आम्हांला वाटल्यास त्यात नवल ते काय!

पण साखरपुड्याच्या समारंभात आम्ही तरुलबाईंना प्रत्यक्ष पाहिले, तेव्हा तर आम्ही अगदी दिपूनच गेलो. त्या दिसायला छान आहेत असे आम्ही ऐकले होते. क्वचित सभा-संमेलनात व्यासपीठावर बसलेल्या तरुलताबाईंना आम्ही दुरून ओझरते पाहिले होते. पण जवळून त्यांचे व्यक्तिमत्त्व इतके आकर्षक असेल याची आम्हांला खरोखरच कल्पना नव्हती. साखरपुड्याच्या वेळी त्या प्रथम दिवाणखान्यात आल्या त्या क्षणापासून साऱ्यांच्या नजरा त्यांच्यावरच खिळून राहिल्या. या वयातही तरुलताबाईंचा बांधा अगदी रेखीव होता. चेहऱ्याचे त्यांनी कसोशीने प्रसाधन केले होते. अर्धे कान झाकून जातील असे फुगे पाडून त्यांनी केसांचा खूप पोकळ अंबाडा घातला होता. जरीची बारीक किनार असलेले फिकट मोतिया रंगाचे तलम पातळ त्या विकच्छ पद्धतीने नेसल्या होत्या. त्याच पण गडद रंगाची बिनबाह्यांची चोळी त्यांच्या अंगाला रुतून बसली होती. फुगीर कुरळ्या केसांवरून त्या जेव्हा डोक्यावरच्या पदराची किनार किंचित पुढे ओढून घेत, तेव्हा त्यांची रंगविलेली लालबुंद नखे चमचम करीत, हातातली हिऱ्यांची एकेक बांगडी प्रकाशकिरण पकडून ते परावर्तित करी. मान हलवीत त्या हसू-बोलू लागल्या की, त्यांच्या कानातल्या हिऱ्यांच्या कुड्या आणि तितकेच स्वच्छ रेखीव दात यांमध्ये लखलखण्याची जणू स्पर्धा लागे. तरुलताबाई अतिशय सुरेख दिसत होत्या यात शंकाच नव्हती; पण त्या दिवशी त्या समारंभात मी जेव्हा त्यांना जवळून पाहिले, त्यावेळी समाजात वावरताना आपली वागण्याची एक विशिष्ट पद्धती त्यांनी मुद्दाम तयार केली आहे की काय अशी मला शंका आली. त्यांचे वागणे-बोलणे फारच आर्जवी, लाघवी, नम्र होते. त्यात नाट्याचा भाग किती होता, घरच्या खानदानी रीतिरिवाजांचा भाग किती होता आणि तरुलताबाईंच्या खऱ्याखुऱ्या अस्सल स्वभावाचा भाग किती होता हे कोडे मला अखेरपर्यंत उलगडले नाहीच. पण आम्हा साऱ्या मैत्रिणींना त्या भारी आवडल्या एवढे मात्र खरे. सुनीतीने आमची त्यांच्याशी ओळख करून दिल्याबरोबर एखाद्या कॉलेजकन्यकेच्या खेळकर मोकळेपणाने, त्या लगेच आमच्यात मिसळल्या. फराळानंतरचे रुचकर आईस्क्रीम तर त्यांनी आमच्याबरोबरच घेतले. खेरीज आल्यागेल्या सर्व मंडळींशी त्या इतक्या उत्साहाने, चपलतेने आणि बालिश उल्हसितपणाने बोलत होत्या की, मी थक्क होऊन गेले. त्यांच्या बोलण्यात राजकारणापासून साहित्यापर्यंत सारे विषय येत होते. त्यांच्या व्यक्तित्वाचे विविध पैलू डोळे दिपवून टाकीत होते, तर त्यांचे आकर्षक रूप मनाला वेधून घेत होते. तरुलताबाईंशी बोलताना मला वाटते, सुनीतीकडेदेखील आमचे थोडेसे दुर्लक्ष झाले असावे. समारंभ आटोपल्यावर तिचा अन् हिंदुरावचा निरोप घेण्यासाठी आम्ही तिच्यापाशी गेलो, तेव्हा ती म्हणाली,

'का? समारंभात अगदी रंगून गेलात ना? माझादेखील पार विसरपडलातुम्हाला?'

ती हसत होती, पण तिच्या स्वरात सूक्ष्मसा कंप होता का?

'सुनीती!' आनंदाने धापा टाकीत शैला म्हणाली, 'भाग्यवान आहेस बाई तू. काय छान सासू मिळाली आहे ग तुला!'

हिंदुराव सुनीतीच्या शेजारीच उभा होता. तो थट्टेने म्हणाला,

'अहो, सुनीतीच्या भाग्यात आमचाही थोडासा वाटा गृहीत धरा. आम्हाला अगदीच वगळू नका म्हटलं!'

हिंदुरावचे ते बोलणे ऐकून शैलाने, 'अगबाई!' असे म्हणून चपापून जीभ बाहेर काढली. सुनीतीने हिंदुरावाकडे दृष्टिक्षेप केला. त्या नजरेत प्रेम, आदर, अभिमान पुरेपूर भरलेला होता.

नंतर असाच थट्टाविनोद होऊन जरा वेळाने आम्ही तिथून बाहेर पडलो.

साखरपुड्यानंतर एका महिन्याने सुनीतीचे लग्न झाले. साखरपुड्याप्रमाणेच तिचा लग्नसमारंभही अत्यंत थाटामाटाने पार पडला. सुनीतीच्या मैत्रिणी म्हणून आमचेही त्या समारंभात खूप कोडकौतुक झाले. आम्ही पैसे गोळा करून सुनीतीला घसघशीत अहेर केला. सुनीतीच्या सासरकडून आम्हांला प्रत्येकीला एकेक भारी साडी मिळाली. पण त्याहीपेक्षा आम्हांला जास्त आनंद झाला तो तरुलताबाईंनी आम्हांला दिलेल्या भेटीमुळे. सुनीतीच्या, अगदी खास अशा आम्ही एकूण आठ मैत्रिणी होतो. तरुलताबाईंनी आम्हा सर्वांना एकेक छोटी, पण अत्यंत सुबक अशी चामड्याची भारी पर्स दिली. पर्स आमच्या हाती ठेवीत लाघवीपणे हसत त्या म्हणाल्या,

'सुनीतीच्या मैत्रिणी तुम्ही, मलाही मैत्रिणीसारख्याच आहात. कारण सुनीतीच मुळी मला एक मैत्रीण मिळाली आहे. मग तिच्या मैत्रिणी त्या माझ्याही मैत्रिणी नव्हेत का? आता वारंवार घरी यायचं हं! संकोच ठेवायचा नाही!'

'मलाही तुम्ही मैत्रिणीसारख्याच आहात' तरुलताबाईंचे हे वाक्य मला जरा खटकले. त्यांच्या अन् आमच्या वयात, बुद्धिमत्तेत, कर्तबगारीत-सर्वच बाबतीत खूप अंतर होते. त्यांची आमची बरोबरी होणार कशी? आणि तरी त्या स्वत:ला आमची मैत्रीण म्हणवून घेत होत्या. त्यांचे ते बोलणे मला रुचले नाही. त्याबरोबरच आतापर्यंत विशेष न जाणवलेल्या अशा इतर काही गोष्टीही मला जाणवू लागल्या. सर्व लग्नसमारंभात जास्तीत जास्त महत्त्व तरुलताबाईंना दिले गेले होते. आलेल्या पाहुण्यामंडळींनी त्यांच्याच भोवती कोंडाळे करावे. फार काय, समारंभाला आलेल्या लोकांचे फोटोदेखील नवरा नवरीपेक्षा तरुलताबाईंबरोबर जास्त घेतले गेले होते. जणू समारंभाची उत्सवमूर्ती त्याच होत्या. नवरा-नवरी बाजूलाच राहून प्रकाशाचे, प्रसिद्धीचे सारे लखलखते झोत त्यांच्यावरच पडत होते आणि त्याही ते झोत खुशीने अंगावर पाडून घेत होत्या. फोटो घेतला जात असता आपले तिकडे लक्ष नाही असे दाखवणे आणि तरीही नेमक्या क्षणी सुंदर पोज घेणे, चेहऱ्यावर आकर्षक स्मित आणणे- हे सारे तरुलताबाई अत्यंत चातुर्याने करीत

होत्या. लग्नसमारंभातले असे अनेक प्रसंग आता माझ्या स्मरणात एकदम गर्दी करून उठले आणि माझे मन अस्वस्थ होऊन गेले.

सुनीतीच्या लग्नानंतर ती आणि हिंदुराव एक महिनाभर महाबळेश्वरला जाऊन आली. ती परत आल्याचे कळताच आम्ही तिला भेटायला गेलो. सुनीती फारच छान दिसत होती. कळसवणीच्या पाण्याने तिची अंगकांती उजळली होती. डोळे प्रसन्नतेने चमकत होते. ओठ हसत होते. सुनीतीला वैवाहिक जीवन पूर्णपणे मानवले आहे याबद्दल आमची खात्री झाली. तिच्या सुखाने आम्हीही सुखावलो. पण त्याही दिवशी एक गोष्ट मला आवडली नाही. आम्ही गेल्याबरोबर तरुलताबाई आमच्यामध्ये येऊन बसल्या आणि सारा वेळ त्या आमच्याशी गप्पा मारीत राहिल्या. त्यांच्या उपस्थितीने एक विचित्र दडपण आमच्यावर आणले. खरे तर आम्हांला सुनीतीची कितीतरी चेष्टा करायची होती. किती तरी गुपिते तिला विचारून घ्यायची होती. कितीतरी शंकांचे तिच्याकडून निरसन करून घ्यायचे होते, पण तरुलताबाई मुळी आमच्यातून उठेचनात. उलट त्या ज्या मोकळेपणाने सुनीतीची थट्टा करीत होत्या, त्यानेच आम्हांला कसे अवघडल्यागत होऊन गेले. तरुलताबाईंसारख्या प्रौढ, शहाण्या स्त्रीने आम्हा तरुण मुलींच्यामध्ये असे येऊन बसायला नको होते असे मला खूप वाटले. पण माझ्या वाटण्याचा उपयोग काय? शेवटी कुठल्या तरी 'मीटिंग'साठी तरुलताबाईंना फोन आला तेव्हा त्या उठल्या, पण अनिच्छेनेच त्या गेल्या. तरीही आमच्या गप्पांची घडी विस्कटली ती विस्कटलीच. आता गप्पांना रंग आणावा म्हणूनही आणता येईना. अगदी खट्टू झालेल्या मनाने आम्ही सुनीतीचा निरोप घेतला. निरोपाच्या वेळी सुनीतीने ज्या नजरेने पाहिले, ती तिची नजर मी कधी विसरणार नाही.

तो पहिला प्रसंग मी विसरूनही गेले असते; पण नंतर इतक्या वेळा त्याची पुनरावृत्ती झाली की, तो विसरणे अशक्यच होऊन बसले. जेव्हा जेव्हा आम्ही सुनीतीकडे जात असू, तेव्हा तेव्हा आमच्यात सामील होण्याचा तरुलताबाईंचा अट्टहास मला जाणवू लागला. त्याचे समाजकार्य व्यवस्थित चालू होते. घरातल्या अनेक गोष्टीही त्या उत्तम सांभाळीत. पण इतके करूनही तरुण मंडळींमध्ये मिसळण्याची त्यांची धडपड असे. हे सारे त्यांना जमते कसे, याचेच मला नवल वाटे; पण तरुलताबाई फार कर्तृत्वसंपन्न होत्या हेच खरे. सामान्य स्त्रीत शोधूनही सापडायचे नाहीत, असे अनेक गुण त्यांच्या अंगी होते. पण त्यांचा हा अनावर उत्साह, तारुण्याचे अवसान कित्येकदा अगदी नकोसे वाटे. आम्ही सिनेमाला निघालो की, आमच्यापेक्षाही अद्ययावत केशभूषा-वेषभूषा करून तरुलताबाई आमच्याआधी तयार. आम्ही पिकनकचा बेत आखला की, पिकनिकला साजेसा सोईस्कर पोषाख करून, हातात काठी घेऊन, पिकनिकची बास्केट तयार करून

तरुलताबाई सर्वांच्यापुढे. त्यांचे वय, त्यांचा अधिकार, त्यांची विद्वत्ता या सर्व गोष्टींचे आमच्या मनावर दडपण पडे. त्याचबरोबर त्यांनी कितीजरी आमच्या बरोबरीची भूमिका घेतली, तरी अंतर जाणवायचे ते जाणवेच. याचा आम्हांला फार त्रास होई. मला फार आवडलेले त्यांचे ते देखणेपणही आता तितके रुचेनासे झाले. उलट थोडे बंडखोर विचारच आता माझ्या मनात येऊ लागले. स्त्रियांनी आपली 'फिगर' सांभाळावी हे ठीक. वाढते वजन अनेक दुखण्यांना कारण ठरते हेही ठीक. पण पन्नाशी उलटून गेलेल्या तरुलताबाईंनी ऐन विशीतल्या मुलीइतका आपला बांधा सडसडीत ठेवण्याचा आग्रह का धरावा? खरे म्हणजे त्यांच्या सडसडीत उंचीला या वयात थोडासा लठ्ठपणा खुलून दिसला असता. लग्नाच्या समारंभात त्या एकदाही नऊवारी लुगडे नेसल्या नाहीत. वरमाईला तो पोषाख साजून दिसला नसता काय? तरुलताबाईंचे हसणे, बोलणे, आम्हा मुलींच्या बरोबरीने 'जोक्स' सांगणे, ऐकणे कितीतरी लहान लहान गोष्टी- पण त्या साऱ्यांचा एक संकलित परिणाम, निदान माझ्या तरी मनावर होऊ लागला. तरुलताबाईंबद्दलची आपली सर्व मते पुन्हा एकदा नीट तपासून घेतली पाहिजेत असे मला तीव्रतेने वाटू लागले.

आणि मग सुनीतीने मला तो धक्का दिला. एकदा मी तिच्या घरी गेले असता ती एकटी-अगदी एकटी मला गप्पा मारायला मिळाली. अशा निर्भर एकांताचा योग अगदी क्वचित यायचा. मी आश्चर्याने आणि आनंदाने तिला म्हटले,

'अग, आज तू एकटी कशी?'

'बाई गेल्या आहेत अलाहाबादला वुइमेन्स कॉन्फरन्सला,' सुनीती कडवट हसून म्हणाली, 'म्हणून हा कपिलाषष्ठीचा योग.'

'फारच कर्तबगार आहे तुझी सासू!' काही तरी बोलायचे म्हणून मी बोलले.

'त्या थोड्या कमी कर्तबगार असत्या तर बरे झाले असते!' सुनीती अधिकच कडवट होऊन म्हणाली, 'खरंच; मला अनेकदा वाटतं, इतर मुलींच्या सासवा असतात, तशी सासू मला का मिळाली नाही? मग त्यांनी अधूनमधून उपास केले असते. कधी त्या माझ्यावर अकारण रागावल्या असत्या, कधी त्यांनी माझी गाऱ्हाणी शेजाऱ्यापाजाऱ्यांकडे नेली असती. पण मला ते सारं आवडलं असतं.'

'तू रागावल्यामुळे बोलते आहेस असं,' मी म्हणाले, 'खरं तर तुला एक फार थोर स्त्री सासू म्हणून लाभली आहे.'

'ते सारं मलाही कळतं ग!' जरा शांत होऊन सुनीती म्हणाली, 'पण आमच्या बाईंची ही कर्तबगारीच मला अवजड होऊन बसली आहे. घरात सतत त्यांची मित्रमंडळी, त्यांचे कार्यक्रम, त्यांचा गाजावजा. त्यांच्या सावलीत खुरटलेल्या रोपांसारखी आम्हा तरुण मंडळींची अवस्था झाली आहे. बरं हेही मी सहन केलं

असतं; पण स्वत:ला सतत तरुण, उत्साही, खेळकर राखण्याच्या त्यांच्या अट्टहासामुळे त्या आम्हांलाही आमचं जीवन स्वतंत्रपणे जगू देत नाहीत. माझ्या मैत्रिणीदेखील फितवल्या आहेत त्यांनी. हिंदुरावांचे दोस्त येतात ते त्यांच्या आधी बाईंची चौकशी करतात! खरंच सांगते, लग्न झाल्यापासून या घरात मला माझ्या मर्जीनुसार कधीही वागता आलेलं नाही! माझं स्वातंत्र्यच गमावून बसले आहे मी!'

सुनीती तळमळून बोलत होती. मी मुकाट्याने ऐकत होते. कारण बोलण्यासारखे होते काय? शेवटी मी तिला म्हणाले,

'तू म्हणतेस ते सारं पटतंय मला. पण आता यावर उपाय काय?'

'उपाय मी काढला आहे शोधून.' सुनीती म्हणाली, 'तुम्हांला कदाचित तो आवडायचा नाही. पण दुसरा इलाजच नव्हता. चंदिगढच्या एका मोठ्या हॉस्पिटलमध्ये हिंदुरावांना नोकरी मिळते आहे आणि मी त्यांना ती घ्यायला लावणार आहे!'

'–अग, पण....' पुढे मला बोलताच येईना.

'तू काय म्हणतेस लक्षात आलं माझ्या,' सुनीती म्हणाली, 'इथला इतका छान चाललेला दवाखाना बंद करून, एकदम दूर, परक्या गावी जम कसा बसवायचा हीच ना तुझी शंका? पण मी खूप विचार करून हा निर्णय घेतला आहे. इथं एका गावात राहून आम्हांला वेगळं घर थाटता येणार नाही. माझे सासरे देवमाणूस आहेत आणि सासूबाई देखील आमच्यावर फार प्रेम करतात. पण फार छळवादासारखंच फार प्रेमही गुदमरवून टाकतं माणसाला. मला आणि माझ्या पतीला जर आमची स्वत:ची व्यक्तिमत्त्वं जोपासायची असतील, खऱ्या अर्थानं आमचं सहजीवन सुरू करायचं असेल, तर आमच्या बाईंच्या सावलीतून बाहेर पडणं हा एकच उपाय आहे आणि त्याच उपायाचा मी आता अवलंब करायचं ठरवलं आहे. दु:खात सुख इतकंच की, हिंदुरावांना हे सारं मी पटवून देऊ शकले. त्यांच्या जीवावर, अन् त्यांच्या आधारावरच ही झेप घेते आहे मी!'

सुनीतीकडून परत घरी येत असताना तिचे हे बोलणे मला वारंवार आठवत होते आणि मानवी सुखदु:खांच्या विचित्रपणाने मी सुन्न होऊन गेले होते.

– परवाच सुनीतीचे मला चंदिगढहून पत्र आले. पत्रातून तिची प्रसन्नता ओळीओळीतून डोकावते आहे. तिने लवकरच आम्हा सर्व मैत्रिणींना आपला पाहुणचार घेण्यासाठी आणि चंदीगढ बघण्यासाठी तिकडे बोलावले आहे. तिच्या निमंत्रणाचा आम्ही स्वीकार केला आहे.

आमचा हा बेत तरुलताबाईंकडून कसा लपवून ठेवायचा, एवढा एकच प्रश्न तूर्त माझ्यासमोर आहे. कारण पत्राच्या शेवटच्या ताज्या कलमात सुनीतीने ती खास सावधगिरी बाळगायला मला सांगून ठेवले आहे.

■

**

६. रहस्य

**

काल मध्यरात्री दचकून मी जागा झालो. माझी छाती धडधडत होती. अंग घामाने थबथबले होते. ओठ कापत होते. कदाचित झोपेत मी काही बडबडूनही गेलो असेन. मला जाग आली तेव्हा लक्ष्मीचा हात माझ्या अंगावर होता. ती भयंकर घाबरली होती. माझ्या अंगावर ओणवून, मला हलवून ती पुन: पुन्हा विचारीत होती,

'काय झालं? झोपेत भीती वाटली का? कसलं स्वप्न पडलं का? बोला ना! माझा जीव कसा उडून गेला आहे, असं का होतं तुम्हाला मधून मधून?'

लक्ष्मी विचारीत होती आणि मी नुसताच तिच्याकडे बघत होतो. माझ्या काळजातले गुपित ओठापर्यंत येत होते. पण त्याचा उच्चार करण्यास मी धजत नव्हतो. लक्ष्मी केविलवाण्या नजरेने माझ्याकडे बघत होती. त्या अश्राप जिवाची मला दया आली. शेवटी मी तिची कशी समजूत घातली कोण जाणे. 'कसले तरी स्वप्न पडले, पण मला ते आठवत नाही.' असे काही मी तिला सांगितले असावे. तिची समजूत पटली. जरा वेळाने तर तिला गाढ झोपही लागून गेली.

मी मात्र नंतर बराच वेळ जागा होतो. मला काय स्वप्न पडले होते ते मला चांगले आठवत होते. फक्त ते लक्ष्मीला सांगणे मला शक्य नव्हते. लक्ष्मीलाच काय, या जगात दुसऱ्या कुणाही माणसाला ते बोलून दाखवणे माझ्याने होणार नव्हते. माझे गुपित माझ्या मनातच अखेरपर्यंत राहायला हवे. मी जग सोडून जाईन तेव्हा माझ्याबरोबरच ते जाणार.

काल रात्री घनश्याम पुन्हा माझ्या स्वप्नात आला होता. बारा वर्षांपूर्वी गावाबाहेरच्या वाघजाईच्या डोंगरावर जे घडले, ते सारे स्वप्नात मला दिसले, ती काजळती संध्याकाळ, भोवतालचे ते किर्र रान, आभाळात सगळीकडून दाटून येत चाललेला

तो काळोख, माझी आणि घनश्यामची झालेली निर्वाणीची बोलणी आणि अखेर...
अखेर...

तेच दृश्य स्वप्नात मी पाहिले आणि दचकून ओरडत जागा झालो.

आता माझ्या छातीची धडधड कमी झाली होती. अंगाचा कंपही ओसरत होता.
मी उठलो. बाथरूममध्ये जाऊन तोंडावर, डोळ्यांवर, मस्तकावर पाणी मारून
आलो, घटाघटा पाणी प्यायलो. डोळ्यांची जळजळ थंडावली. भडकलेले मस्तक
ताळ्यावर आले. मन स्थिरावले. माझ्या शेजारी गाढ झोपी गेलेल्या लक्ष्मीकडे मी
नजर टाकली. झोपेत मिटलेले डोळे, लहान बाळासारखा निष्पाप चेहरा, त्यावरचे
शांत, विश्वासू भाव. किती निश्चिंत होती लक्ष्मी! पलीकडच्या खोलीत मोठ्या
पलंगावर माझी दोन्ही मुले झोपली होती. तिकडे जाऊन काही वेळ मी मुलांकडे
टक लावून बघत राहिलो. जया आईसारखीच आवरून सावरून नेटकी झोपली
होती. धाकटा विश्वास मात्र आडदांडपणे लोळत पलंगाच्या कडेला गेला होता. तो
पलंगावरून पडला तर...

मला वाघजाईचा डोंगर आठवला. पलीकडची खोलच खोल, अक्राळविक्राळ
दरी, डोंगरमाथ्यावर झुलणारे गवत, घनश्यामचे निसटते पाऊल, आणि दरीभर
घुमत घुमत गेलेली त्याची ती अखेरची भीषण किंकाळी–

मला पुन्हा घाम फुटला. आज मला हे काय होत होते? मी विश्वासला
पलंगाच्या कडेपासून ओढले. पलंगावर त्याला नीट निजवले. दोन्ही मुलांच्या
अंगावर पांघरूण घातले. क्षणभर त्यांच्या चेहऱ्याकडे टक लावून बघत राहिलो मग
पुन्हा माझ्या खोलीत येऊन झोपलो. लक्ष्मी झोपेत किंचित चाळवली. मग माझ्या
अंगावर हात टाकून, मला बिलगून ती पुन्हा झोपेत बुडून गेली.

आता माझा गेलेला धीर परत आला होता. लक्ष्मीसारखी बायको, सोन्यासारखी
दोन मुले, लक्ष्मीचे वडील, आबासाहेब जहागिरदार वारल्यानंतर त्यांच्या अफाट
दौलतीचा मला मिळालेला वारसा. सत्ता, संपत्ती, कौटुंबिक सुख, आरोग्य, तरुण
वय – मला काय कमी होते? जगात माणसाला जे जे हवेसे वाटते, ते विनासायास
माझ्या पायांशी चालून आले होते आणि यातले काहीही मी कपटाने मिळवलेले
नव्हते. मी कुणाच्या हक्कांवर गदा आणली नव्हती. कुणाच्या वैभवाचा अपहार
केला नव्हता. कुणाला फसवले नव्हते. कुणावर अन्यायही केला नव्हता. होते ते
सारे अगदी योग्य, न्याय्य मार्गानेच मजकडे आले होते. तरीही या संसारात मी
अपराध्यासारखा वावरत होतो. काळजीचा एक भुंगा माझे काळीज सारखे पोखरत
होता. एक रहस्य माझ्या मनाच्या तळाशी सतत दबा धरून राहिले होते आणि कधी
तरी भासाच्या, स्वप्नाच्या रूपाने ते माझ्या छातीवर स्वार होत होते. माझा गळा
पकडीत होते... आता ते सारे बोलून टाकल्याशिवाय गत्यंतर नाही. निदान माझा

माझ्याशी तरी, मी त्या घटनेचा प्रगट उच्चार करणार, नव्हे, तो मला करायलाच हवा. नाहीतर एक दिवस या रहस्याने माझी छाती फुटून जाईल. सारे बोलायचे मी म्हटले खरे; पण सुरुवात कुठे अन् कशी करावी हा मला प्रश्न पडला आहे. मला वाटते, या सर्व घटनेचा प्रारंभ घनश्यामने माझा कान पिरगळला त्या क्षणी झाला असावा. वाघजाईच्या डोंगरावर त्या विशिष्ट सायंकाळी जे घडले त्याची पाळेमुळे त्या प्रसंगात रुजलेली मला दिसतात.

मी आमच्या खेड्यावरून प्रथमच आबासाहेबांच्या घरी आलो होतो. मी त्यांचा लांबलांबचा चुलत चुलत पुतण्या. आई लहानपणीच मला सोडून गेली होती, आणि आता वडील नुकतेच वारले होते. आठ वर्षांचा पोरका पोर मी. आबासाहेबांनी मोठ्या औदार्याने मला आपल्या जहागिरीच्या गावी आणले होते. ते गाव आणि आबासाहेबांचा भला थोरला, चारचौकी, जुना, प्रचंड वाडा हेच यापुढे माझे घर होणार होते.

त्या घरात मी प्रथम पाऊल ठेवले तेव्हाच भयाची एक शिरशिरी माझ्या अंगातून गेली. या घरात असे काही तरी आहे की, ज्याला माझे इथे येणे, इथे राहणे रुचलेले नाही असे काहीसे मला वाटून गेले. कदाचित माझ्या पोरक्या मनाचे ते नुसते भासही असतील. तो प्रचंड वाडा मला अवघडवून टाकीत होता हे मात्र खरे. आबासाहेब माझ्याशी फार प्रेमाने वागत होते. त्यांनी आल्याबरोबर मला पोटाशी धरले आणि मला कुरवाळून ते मला म्हणाले,

'श्रीनिवास, आता आजपासून हेच तुझं घर बरं का! अगदी अजिबात संकोच न करता इथं राहायचं. छान तगडं व्हायचं! काय समजलास? चल. आता आमच्या घनश्यामशी तुझी ओळख करून देतो.'

आबासाहेबांना एक मुलगा आहे हे मला ऐकून माहीत होते. परंतु आतापर्यंत त्याला मी कधी बघितले नव्हते. बघण्याचा योगच आला नव्हता. आबासाहेबांनी घनश्यामला हाक मारली. त्याबरोबर आतल्या दालनातून साधारण माझ्याच वयाचा आणि उंचीचा एक मुलगा बाहेर आला. प्रथमदर्शनी माझ्या मनात भरले ते त्याचे रूप. इतका देखणा मुलगा मी अजून पाहिला नव्हता. कपाळावर आलेले दाट कुरळे केस, सरळ धारदाक नाक, बघताक्षणी मनाचा ठाव घेणारे डोळे. मला घनश्याम फार आवडला. याची–आपली चांगली दोस्ती जमेल अशी आशा माझ्या मनात निर्माण झाली. आबासाहेब त्याला म्हणाले,

'घनश्याम, हा आपला श्रीनिवास. आजपासून तुम्ही दोघे दोस्त व्हायचे बरे का! खरे म्हणजे हा तुझा भाऊच आहे. जा आता, याला आत घेऊन जा. दोघं मिळून काही तरी खा, अन् मग उद्यापासून आपलं घर, शेतीवाडी, जहागीर सारं याला तू दाखवून आण!'

घनश्याम माझ्याकडे बघून प्रसन्न हसला. मग त्याने मला आतल्या माजघरात नेले. घनश्यामलाही माझ्याप्रमाणेच आई नव्हती. कुणी एक म्हाताऱ्या आजी स्वयंपाकघर सांभाळीत. शिवाय, घरात दिवाणजी, नोकरचाकर, कुळंबिणी आणि किरकोळ कामे करणारी माणसे मिळून वीस–पंचवीस लोकांचा सतत वावर असे. घनश्यामने मला आत नेले. तेवढ्यात स्वयंपाकघरातून एका कुळंबिणीने आमच्या हातात पोह्यांच्या ताटल्या आणून दिल्या. नंतर ती आत निघून गेली. आम्ही दोघे पोहे खाऊ लागलो. घनश्याम माझ्याकडे बघून हसत होता. पण माजघरात आम्ही दोघेच राहिलो तसा, त्याचा चेहरा क्षणार्धात पालटला. त्याचे डोळे उग्र झाले. खालचा ओठ त्याने दाताखाली रगडला आणि झट्दिशी हात उचलून त्याने माझा डावा कान पिरगाळला. क्षणभर काय झाले ते माझे मला कळलेच नाही. घडला तो प्रकार इतका अनपेक्षित होता की, मी स्तंभितच होऊन गेलो. कानाला रग लागली तसे माझ्या डोळ्यांत खळ्कन पाणी आले. वेदनेने, अपमानाने मला रडू कोसळले. घनश्यामने कान सोडला. मग खेकसल्यासारखा, पण हळू आवाजात तो मला म्हणाला,

'या घरात आला आहेस; पण माझी बरोबरी करायचा प्रयत्न करशील, आबांची मर्जी सांभाळण्यासाठी धडपडशील तर याद राख आणि हे बघ, झाल्या प्रकारातले अवाक्षर कुणाला कळता कामा नये.'

मी भयंकर घाबरलो. काय बोलावे, काय म्हणावे ते मला कळेना. तोंडातला पोह्यांचा घास तोंडातच फिरू लागला. डोळ्यांत पुन्हा पाणी भरून येत होते. कानाची रग मेंदूपर्यंत जाऊन पोहोचली होती. तो क्षण असा टांगल्यासारखा गेला. तितक्यात बाहेर पावले वाजली. आबासाहेब आत आले. माझा उतरलेला चेहरा, डोळ्यांतले पाणी बघून ते म्हणाले,

'श्रीनिवास, रडतो आहेस की काय? काय झालं रे?'

घनश्याम चटकन हसून म्हणाला, 'आबा त्याला घरची आठवण येतेय. म्हणून रडतोय तो.'

आबासाहेबांना ते खरे वाटले. त्यांनी जवळ येऊन माझ्या पाठीवरून हात फिरवला. 'वेडा' इतकेच म्हणून ते पुन्हा तिथून निघून गेले. घनश्यामच्या खोटेपणाने, ढोंगीपणाने मी थक्क झालो. आबासाहेब आल्याबरोबर त्याचा चेहरा जादूने पालटावा तसा पालटला होता. एक गोड, निर्मळ, निरागस भाव तिथे उमटला होता. आबासाहेब खोलीतून जाताक्षणी त्याचा मूळचा उग्र चेहरा पुन्हा मुखवट्यासारखा जागच्या जागी येऊन बसला. आपल्या तीक्ष्ण डोळ्यांनी त्याने माझ्याकडे रोखून पाहिले, आणि मग किंचित हसून त्याने शांतपणे पोहे खायला सुरुवात केली.

घनश्यामचे आणि माझे विचित्र नाते त्या क्षणी सुरू झाले. चार लोकांसमोर

तो माझ्याशी अतिशय प्रेमळपणाने, सौजन्याने वागे. आम्ही दोघे एकांतात असलो म्हणजे खरा घनश्याम प्रगट होई. कान पिरगाळणे, तोंडावर थुंकणे, चिमटे काढणे, तोंडात भडकावणे या तर मामुली गोष्टी होत्या. पण याहीपेक्षा भयानक गोष्टी तो करू शके. आमच्या वाड्यापाठीमागे एक मोठी, खोल विहीर होती. एकदा आम्ही दोघेच विहिरीपाशी उभे होतो. घनश्यामने अचानक माझ्या खांद्यावर हात ठेवला आणि तो म्हणाला,

'ढकलू तुला विहिरीत? ढकलू?'

त्याचे डोळे इतके विचित्र दिसत होते की, माझ्या पाठीच्या कण्यातून भीतीची धार बर्फासारखी आरपार गेली. मी भयंकर भ्यायलो. त्याच्या हाताखालून स्वत:चा खांदा सोडवून घेतला आणि थरथर कापत दूर जाऊन उभा राहिलो. घनश्याम माझ्याकडे बघून खदखदा हसला आणि मजेने शीळ घालीत तो तिथून चालता झाला.

घरी, दारी, शेतावर, शाळेत सतत घनश्याम माझ्याबरोबर असे. आबासाहेबांसमोर, घरातल्या माणसांसमोर, गावातल्या लोकांसमोर तो माझ्याशी इतक्या प्रेमळपणाने वागे की, सख्खा भाऊही इतके प्रेम आपल्या भावावर करणार नाही, आणि तोच घनश्याम एकांतात माझा द्वेष करी. छळ करी. आपले हे दुहेरी आयुष्य त्याने इतक्या बेमालूमपणे चालू ठेवले होते की, कुणाला वस्तुस्थितीचा कधी ओझरता संशयही आला नाही.

कुणी म्हणेल, आबासाहेबांना हे मी का सांगितले नाही? पण मी कसे सांगणार? एकतर आबासाहेबांच्या प्रेमाने, उपकाराच्या ओझ्याने आधीच मी दबून गेलो होतो. ते माझे अन्नदाते, आश्रयदाते, पालक होते. अन्नदात्याजवळ त्याच्या सख्ख्या मुलाची चुगली करणे हा कृतघ्नपणाचा कळस झाला असता. दुसरे, हे सर्व ऐकून आबासाहेबांनी जर घनश्यामला काही शासन केले असते, तर त्याने माझ्यावर आणखीच दात धरला असता! - मी अगतिक होतो हेच खरे.

असे आम्ही दोघे सुमारे सोळा-सतरा वर्षांचे झालो आणि मग आमच्या घरात आणखी एका नव्या माणसाची भर पडली. आबासाहेबांची एक बहीण कलबुर्ग्याला राहात असे. ती वारली आणि तिची मुलगी लक्ष्मी आमच्याकडे राहायला आली. पुढे लक्ष्मीच्या बापाने दुसरे लग्न केले आणि मग लक्ष्मी कायमचीच इकडे राहू लागली.

तेरा-चौदा वर्षांची लक्ष्मी रूपाने सरस होती आणि स्वभावाने शांत, प्रेमळ होती. आबासाहेब म्हणत, 'इतके दिवस तुम्ही दोघे भाऊ घरात होतात. आता ही घ्या तुम्हाला बहीण आणली आहे!'

सुरुवातीला मला लक्ष्मी बहिणीसारखी वाटली. पण नंतर लवकरच एका

गोष्टीची मला जाणीव झाली. लक्ष्मीच्या मनात माझ्यासंबंधी काही विशेष नाजुक भाव अंकुरत आहेत असे मला जाणवले आणि खोटं कशाला बोलू? मलाही लक्ष्मीबद्दल काही वेगळ्या प्रकारचे आकर्षण वाटू लागले. घनश्यामच्या धाकाखाली दबून-दडपून गेलेले माझे मन लक्ष्मीच्या प्रेमळ संगतीत हलके हलके फुलू लागले, उमलू लागले. एकदा मी आणि लक्ष्मी वाड्यामागच्या बागेत सकाळी फुले तोडीत होतो. तेवढ्यात घनश्याम तिथे आला. त्याने लक्ष्मीला म्हटले,

'आत जा लक्ष्मी. आबा तुला बोलावताहेत.'

लक्ष्मीने हातातली वेचलेली फुले माझ्या ओंजळीत टाकली आणि ती धावत तिथून निघून गेली. लक्ष्मी दृष्टिआड होताच घनश्यामने थाड्‌कन माझ्या ओंजळीवर थप्पड मारली. ओंजळीतली फुले उधळून खाली पडली. घनश्यामने ती पायांखाली तुडवली आणि अतिशय क्रुद्ध, क्रूर स्वरात तो मला म्हणाला,

'लक्षात ठेव. लक्ष्मी माझी आहे. ती माझी बायको होणार आहे. मला तिच्याशी लग्न करायचं आहे. लघळपणा केलास तर याद राख. तिच्याशी बोलायचं सुद्धा नाहीस तू.'

आजवर मी घनश्यामला कधी उलटून बोललो नव्हतो. त्याचा सारा जुलूम निमूटपणे सहन करीत आलो होतो. पण यावेळी मला त्याचे बोलणे सहन झाले नाही. माझ्या मनाचा कुठला तरी अगदी नाजूक भाग दुखावला गेला. मी ताड्‌कन वर मान करून घनश्यामला विचारले,

'जेव्हा तेव्हा तुझा असा जुलूम का? का नाही बोलायचं मी लक्ष्मीशी? का नाही? का नाही? मी बोलणार!'

'जास्ती शहाणपणा करू नकोस. तुला या घरात तुकडे मोडून सुखानं जगायचंय ना? मग लक्ष्मीचं नाव सुद्धा तू घेता कामा नये,' घनश्याम ठाम स्वरात म्हणाला आणि मग कुत्सितपणे हसून तो पुढे बोलला, 'लक्ष्मी उद्या तुझी मालकीण होणार आहे. ती इथली जहागीरदारीण म्हणून या वाड्यात वावरणार आहे. तुझ्यासारख्या लोचट आश्रितानं मालकिणीचा मान राखूनच राहायला हवं. तिच्याशी वावगी सलगी करण्याचं धाडस तू करू नयेस हे बरं.'

घनश्याम तिथून निघून गेला, मी खिळल्यासारखा जागच्या जागी उभा राहिलो. क्षणभर मला अशी तिडीक आली की, या घरातून असेच, पाणी देखील न पिता निघून जावे; पण मी कुठे जाणार होतो? मला आधार कसला होता? आणि आणि मी बाहेर गेलो तर, घरातल्या घरात लक्ष्मीचे निदान दर्शन तरी मला जे मिळे ते यापुढे कसे मिळणार होते? मी खूप विचार केला. स्वत:शीच चिडलो, तडफडलो आणि शेवटी कोडगेपणाने होतो तिथेच राहिलो.

लक्ष्मीशी बोलणे मात्र मी कमी केले. खरे म्हणजे मला भीतीच वाटत होती.

लक्ष्मी जवळ आली, तरी माझे डोळे कावरेबावरे होत. घनश्याम आपल्या मागावर आहे, तो कुठून तरी आपल्याकडे पाहतो आहे, ऐन वेळी येऊन लक्ष्मीच्या तोंडावर आपला अपमान करतो आहे असे काहीसे चित्र माझ्या डोळ्यांपुढे उभे राही. मला दरदरून घाम फुटे. तोंडातल्या तोंडात काहीतरी पुटपुटल्यासारखे करून मी तिथून दूर निघून जाई.

असे दिवस चालले होते. मी मनातून घाबरत होतो. माझ्या तुटकपणामुळे लक्ष्मी दुखावत होती आणि घनश्याम आम्हा दोघांवर सारखा पाळत राखून होता. या साऱ्याचे अखेर पर्यवसान तरी काय होणार हेच मला कळेना आणि मग एके दिवशी एक विलक्षण घटना घडली. त्या दिवशी वाड्याच्या मागच्या गच्चीत मी उभा होतो. संध्याकाळची वेळ होती. चहूकडून सावल्या दाटून येत होत्या. बागेत पारिजातक फुलला होता, त्याचा वास घमघमत होता. मागच्या चौकालगतच्या स्वयंपाकघरात कुळंबिणींची धांदल चालली होती. काळोखात पिवळे मंद दिवे उजळले होते. मी एकटाच विषण्ण उभा होतो. मनात कसले कसले उदास विचार दाटून येत होते. इतक्यात मागून कुणाचा तरी हात अकस्मात माझ्या खांद्यावर पडला. मी भयंकर दचकलो. घनश्यामच आला असे क्षणभर मला वाटून गेले; पण दुसऱ्याच क्षणी माझ्या गळ्यात दोन मऊ हात पडले, लक्ष्मी मला येऊन बिलगली. माझ्या छातीवर मान टेकून ती मुसमुसू लागली. माझ्या नकळत मी तिला जवळ घेतले. लक्ष्मी मला म्हणाली,

'तुम्ही असे दूर दूर का राहता मला माहीत आहे. तुम्ही घनश्यामला घाबरता; पण ध्यानात ठेवा. मी तुमची आहे. लग्न करीन, तर तुमच्याशीच करीन. मी कधी सुद्धा घनश्यामची होणार नाही. वेळ पडली तर मी जीव देईन, पण तुमच्याशिवाय मी दुसऱ्या कोणाशीही लग्न करणार नाही. घनश्यामशी तर नाहीच नाही. प्राण गेला तरी नाही!'

– आणि लक्ष्मीने माझ्या गळ्याभोवतालचे हात काढून घेतले. लगेच ती दाराकडे वळली, आणि आतल्या दालनातून, जिना उतरून खाली निघून गेली.

मी स्तंभित झालो, हादरलो आणि सुखावलोही. घडले ते सत्य की स्वप्न, हेही मला उमगेना. पण लक्ष्मीचे मऊ हात अजून गळ्याभोवती जाणवत होते. तिचा उष्ण स्पर्श, श्वास अजून माझ्या अंगाशी बिलगला आहे असे वाटत होते आणि मग एकदम आनंदाची एक लाट माझ्या काळजात फुटली. तिथून ती सर्वभर पसरली. लक्ष्मीने आज आपल्या प्रेमाचे आश्वासन मला दिले होते. अनावर हर्षाने मी उचंबळून आलो. आता मला कुणाचेही भय वाटेना. एका वेगळ्याच आत्मविश्वासाने माझे अस्तित्व भारून गेले. घटकेपूर्वीचे उदास विचार कुठच्या कुठे नाहीसे झाले. उल्हसित वृत्तीने शीळ घालीत मी खाली आलो.

दुसऱ्या दिवसापासून माझ्यात काहीतरी सूक्ष्म बदल झाला असावा. लक्ष्मी आणि मी एकमेकांकडे बघत देखील नव्हतो. मग बोलणे तर दूरच; पण आम्हा उभयतांत एक धागा निर्माण झाला होता. एक नाजूक नाते आकाराला आले होते. घनश्यामला यातले काही कळलेले नव्हते. कळण्याची शक्यताही नव्हती. आमचे गुपित आमच्यापुरतेच आहे असे मी धरून चाललो होतो.

पण घनश्यामच्या स्वभावाचा अजूनही मला पुरतेपणी अंदाज आला नव्हता हेच खरे. त्याला लवकरच काही तरी संशय आला असावा. तो मध्येच माझ्याकडे तीक्ष्ण दृष्टीने रोखून बघत राही. कधी कधी लक्ष्मीकडेही तो तसाच तीव्र शोधकपणे बघे. अशा वेळी त्याच्या नजरेत काहीतरी हिंस्र भाव चमकून जाई. कित्येकदा तो माझ्याकडे बघून चमत्कारिक हसे. मग माझ्या छातीत धडधडल्यासारखे होई. एखाद्या पडक्या किल्ल्याच्या डळमळत्या दरवाजाखाली उभे असावे, प्रतिक्षणी वरून एखादा दगड डोक्यावर पडून कपाळमोक्ष होतो की काय असे वाटत राहावे, तसे काहीसे घनश्यामच्या सहवासात मला वाटू लागले. मी त्याला टाळण्याचा प्रयत्न करू लागलो. पण मी जो जो त्याला टाळू बघे तो तो घनश्याम माझ्याशी जास्तच लगट करी.

आणि मग तो दिवस उजाडला. दिवसभर विशेष काही घडले नाही; पण संध्याकाळी अकस्मात घनश्याम माझ्याजवळ आला आणि म्हणाला,

'श्रीनिवास, चल आपण वाघजाईच्या डोंगरावर फिरायला जाऊ. मला एकट्याला जायचा कंटाळा आलाय, चल.'

घनश्यामचे ते शब्द मी ऐकले मात्र. माझ्या पायांखालची जमीन एकदम हादरल्यासारखी झाली. घनश्यामच्या मनात काही तरी पाप आले होते हे मी ओळखले. मी त्याला नकार दिला. कामाची सबब सांगितली, पण तो ऐकेचना. शेवटी तर त्याने आबासाहेबांनाच म्हटले,

'आबा, श्रीनिवासला सांगा ना माझ्याबरोबर फिरायला यायला. मला एकट्याला कंटाळा आलाय. त्याला 'चल' म्हणतो आहे तर, तो येत नाही. तुम्ही सांगा ना आबा!'

घनश्यामचे बोलणे इतके सहज होते, इतके लाघवी होते की, आबासाहेब चट्कन माझ्याकडे वळून मला म्हणाले,

'श्रीनिवास, जाईनास त्याच्याबरोबर! जा की, दोघेही जा. अन् दिवेलागणीच्या आत घरी परत या. जा बेटा.'

आबासाहेबांनीच सांगितले. तेव्हा माझा निरुपाय झाला. मी निमूटपणे होकार दिला. आबासाहेबांची नजर चुकवून घनश्याम विजयी मुद्रेने माझ्याकडे बघून हसला. मग तो पुन्हा नेहमीचा साधा, निरागस घनश्याम बनला. अगदी सहजपणे तो मला

म्हणाला,

'चल श्रीनिवास. अरे आत्ता तासाभरात आपण परत येऊ. चल, नाहीतरी हल्ली तू फार घरबशा झाला आहेस.'

आम्ही दोघे घराबाहेर पडलो. वाघजाईच्या डोंगराकडे आलो. सार्‍या वाटेने आणि डोंगर चढतानाही घनश्याम माझ्याशी अवाक्षर बोलला नाही. मलाही काही सुचेना. वाघामागे शेळी जाते, तसा भारल्यासारखा मी निमूट त्याच्याबरोबर चाललो होतो.

आम्ही डोंगरमाथ्यावर आलो. तिथे भिरभिर वारे वाहात होते. पावलांशी गवत सळसळत होते. पश्चिमेला सूर्य मावळत होता. सारे आभाळ रक्तासारखे लालभडक होऊन गेले होते. रातकिड्यांची किरकिर नुकती कुठे सुरू होत होती. आसपास चिटपाखरू देखील नव्हते. गाव खाली, खूप खोल, दूर राहिले होते. त्या डोंगरमाथ्यावर आम्ही दोघे अगदी दोघेच होतो. पलीकडे तुटलेला खोल कडा होता.

दोनचार मिनिटे तशीच गेली.

मग घनश्याम एकदम माझ्यासमोर उभा राहिला. तो मोठमोठ्याने हसू लागला. हसण्याचे त्याला उमाळ्यावर उमाळे येत होते. मला घाम फुटला. मी थरथर कापू लागलो. एकाएकी घनश्याम हसायचा थांबला आणि मग क्रूर स्वरात तो मला म्हणाला,

'श्रीनिवास, आता तू पुरता माझ्या तावडीत सापडला आहेस. देवसुद्धा आता तुझी सुटका करू शकणार नाही. लक्ष्मीशी संधान बांधलं आहेस नव्हे? तुला वाटत असेल, मला काही कळत नाही. पण मला सारं काही कळून चुकलं आहे. तुम्ही दोघे मला बनवता आहात. पण मी बनणार नाही. मी आज तुझा कायमचा निकाल लावून टाकणार!'

'तू-तू काय करणार आहेस?' मी कसाबसा पुटपुटलो.

'मी तुला या कड्यावरून सरळ खाली ढकलून देणार. इथं असे अपघात पुष्कळदा झाले आहेत. आज त्यात आणखी एका अपघाताची भर पडेल!'

माझे तोंड कोरडे पडले. अंगातले सारे रक्त गोठून गेले. जीभ टाळ्याला चिकटून बसली. दूर सरकत मी त्याला म्हणालो,

'घनश्याम, तुला वेड लागलंय. चल, घरी चल.'

'मला वेड लागलंय?' घनश्याम पुन्हा मोठ्याने हसू लागला. 'कुणास ठाऊक. तसंही असेल कदाचित. पण आज तू घरी परत जात नाहीस एवढं निश्चित!'

त्याने एकदम पुढे झेप घेतली. माझा हात त्याने घट्ट पकडला आणि तो मला कड्याकडे ओढीत नेऊ लागला. मी हात सोडविण्याची धडपड करू लागलो; पण लोखंडाच्या विळख्यासारखी त्याची पकड मला जाणवत होती. कड्याच्या टोकाशी

त्याने मला ओढीत आणले आणि मग कड्याकडे पाठ करून माझ्यासमोर तो उभा राहिला. त्याचे डोळे त्या काजळत्या उजेडात हिंस्रपणे चमकत होते. चेहऱ्यावर भयानक कळा आली होती. मी धडपडू लागलो, किंचाळू लागलो. पण माझी किंकाळी हवेत विरून गेली. घनश्याम खदखदा हसत सुटला. मग तो मला म्हणाला,

'लक्ष्मीचं नाव घे. तिला हाक मार. आबांना हाक मार. इथं आता कुणीसुद्धा तुला वाचवायला येणार नाही आणि मी तुला एकदम ढकलणार आहे थोडाच! मी तुला कड्याच्या टोकाशी नेणार, पुन्हा मागे ओढणार. पुन्हा पुढे नेणार. अन् मग, अन् देणार ढकलून. हा हा हाऽऽ! किती मजा येईल नाही? किती गंमत होईल!'

तो मोठमोठ्याने हसू लागला. हसता हसता मागे झुकला, आणि अचानक कसा कोण जाणे कड्याच्या टोकावरच्या मऊ गवतावरून त्याचा पाय निसटला. क्षणार्धात माझ्या हातावरची त्याची पकड सुटली. एक भयानक किंकाळी त्याच्या मुखातून बाहेर पडली, आणि घनश्याम कड्यावरून खाली, खोल खोल दरीत कोसळला. त्याच्या किंकाळ्या उमटत उमटत त्या संध्याकाळच्या भयाण काळोखात विरून गेल्या!

'घनश्याम!' मी मोठ्यांदा ओरडलो. भोवतालच्या वातावरणात माझी हाक वाऱ्यावर पसरत पसरत मिटून गेली. माझ्या डोळ्यांदेखत घनश्याम नाहीसा झाला होता. ज्या कड्यावरून तो मला ढकलून देणार होता, त्याच कड्याखाली तो स्वत: कोसळला होता. खालच्या दरीने त्याचा बळी घेतला आणि मी काही न करता, त्याला बोटही न लावता, अचानक हे सारे घडले होते.

मी कसा घरी परत आलो ते माझे मलाच माहीत. नंतरच्या घटना अतिवेगाने घडत गेल्या. घरातला गोंधळ, आबांचा शोक, गावकऱ्यांची धावपळ, रात्रभर माणसांनी दरीत घेतलेला शोध... दुसऱ्या दिवशी दुपारी, दरीच्या तळाशी घनश्यामचे छिन्नविच्छिन्न प्रेत मिळाले. आबासाहेब विजेने चाटल्यासारखे नि:शब्द झाले होते. दु:खात सुख इतकेच की, माझा त्यांना काहीही संशय आला नाही. घनश्याम गवतावरून घसरून दरीत पडला होता. झाले ते अगदी जसेच्या तसे मी आबासाहेबांना सांगितले. त्यांनी त्यावर विश्वास ठेवला.

पुढे व्हायच्या तशा गोष्टी घडत गेल्या. घनश्याम गेल्यावर आबासाहेब पुरते वर्षभर देखील जगले नाहीत. त्यांचा वाडा, त्यांची शेती, त्यांची धनदौलत सारी त्यांनी माझ्या नावावर करून टाकली. लक्ष्मीशी त्यांनी माझे लग्नही लावून दिले. शेवटी प्राणही त्यांनी माझ्याच मांडीवर सोडला. जन्मदात्या पित्याचे करावेत तसे त्यांचे सारे शेवटचे संस्कार मीच केले.

आता सारे सुरळीत चालले आहे. लक्ष्मीशी मी सुखाने संसार करतो आहे. दोन

मुले घरात खेळत आहेत. काही कुठे कमी नाही. तरी लक्ष्मीपासून एक गुपित मी लपवून ठेवले आहे. घनश्यामच्या मृत्यूपूर्वी झालेल्या घटना मी तिला कधीच सांगितल्या नाहीत.

पण अजूनही एखाद्या रात्री घनश्याम माझ्या स्वप्नात येतो. वाघजाईच्या डोंगरावरची ती सायंकाळ, भोवतालचे ते किर्र रान, घनश्यामचे निसटते पाऊल आणि त्याची ती भयाण किंकाळी- सारे सारे मला दिसते, ऐकू येते; आणि मी दचकून ओरडत जागा होतो.

हे स्वप्न, हे गुपित आयुष्यभर माझा पाठपुरावा करीत राहणार आहे. ∎

✲✲

७. कोडे

✲✲

खरंच सांगते, रजनीने रस्त्यात अडवून जर मला ओळख दिली नसती, तर मी तिला ओळखले असते की नाही, कुणास ठाऊक. जवळ जवळ तीस-पस्तीस वर्षांनी आम्ही एकमेकींना भेटत होतो. तसा तर मधल्या या दीर्घ काळात माझ्यामध्येही खूप बदल झाला आहे. पण रजनीत अगदी ओळख न पटण्याइतका पालट पडला होता. मूळचीच ती अंगाने जरा स्थूल. आता तो स्थूलपणा शरीरभर अस्ताव्यस्त गलथान पसरला होता. पूर्वीचा उजळ रंग आता काळवंडला होता. डोळ्यांतली एकेकाळची शोधक तीव्रता मावळून तिथे आता कुतूहलशून्य विझलेपणा आला होता. एकेक पाऊल कसेतरी उचलीत ती कष्टाने चालली होती. मी माझ्याच नादात भराभर पावले टाकीत होते. आम्ही दोघीजणी एकमेकींवर आदळलोच म्हणा ना! ती दचकली. भ्यायली. मग अचानक तिने माझा हात हाती घेतला आणि अगदी आतून आलेल्या उमाळ्याने ती मला म्हणाली,

'किती वर्षांनी भेट होते आहे आपली?'

मी गोंधळून तिच्याकडे बघत राहिले. मला ओळख पटत नाही हे बघून तिच्या चेहऱ्यावर ओशाळवाणे भाव उमटले. किंचित दुखावल्या स्वरात ती मला म्हणाली,

'मी रजनी, पुण्याला आपण शेजारी–शेजारी राहात होतो. नाही ओळखलंस मला?'

रजनी. आता मला बरोबर ओळख पटली. तिच्या जुन्या नावाने हाक मारीत मी तिला म्हटले,

'रजूताई! पटली ओळख! आता आधी मात्र मला जरा वेळ लागला ओळखायला. ते घेऊ नकोस मनावर अन् रागाऊ नकोस.'

मी असे म्हटल्यावर रजनीला खूपच बरे वाटलेले दिसले. क्षणभर ती तशीच

घुटमळत राहिली. तिला माझ्याशी काही तरी बोलायचे असावे असे वाटले. मी घाईत होते. तरीही इतक्या वर्षांनी रजनी भेटल्यावर तिला तसेच सोडून मला पुढे जाववेना. आम्ही नाक्यावर उभ्या होतो. जवळच इराण्याचे हॉटेल होते. रजनीचा हात पकडून मी तिला म्हटले,

'रजूताई, एकदा सवडीनं घरी गप्पा मारायला येच. पण आतादेखील मी तुला अशी सोडणार नाही. चल आपण या हॉटेलात बसू. थोडासा चहा घेऊ. बोलू. चल चल.'

हॉटेलात यायला रजनी फारशी उत्सुक दिसली नाही. तरीही मी तिला बळेच ओढून हॉटेलात नेले. चहा आणि वेफर्सची ऑर्डर दिली आणि समोरच्या खुर्चीवर अवघडून बसलेल्या रजनीला हसत हसत म्हटले,

'आपण कॉलेजात असताना कॉलेजजवळच्या 'लकी'त चहा अन् खारी बिस्किटं पुढ्यात घेऊन तास-तास गप्पा मारीत बसत असू. आठवतं का?'

माझ्या त्या साध्या वाक्याने रजनीचे मन एकदम भूतकाळात गेले असावे. ती खुर्चीतल्या खुर्चीत सैल होऊन बसली. तिच्या चेहऱ्यावर, डोळ्यांत चमक आली. मधल्या अनेक वर्षांचा पडदा क्षणभर दूर सरकला आणि जुन्या रजूताईचे मला ओझरते दर्शन झाले, पण ते सारे निमिषमात्रच होते. दुसऱ्याच क्षणी रजनी विझली. खिन्नपणे ती म्हणाली,

'किती दूर गेलं ते सारं. आता आठवलं की मन हुरहुरतं.'

क्षणभर आम्ही दोघी अवघडल्यागत मुकाट बसून राहिलो. मग मी तिला म्हटले,

'काय? चाललंय काय सध्या? मला मध्यंतरीच्या काहीच घटना ठाऊक नाहीत म्हणून विचारते. हल्ली असतेस कुठं? करतेस काय?'

रजनीने मधल्या पस्तीस वर्षांइतका दीर्घ उसासा टाकला. मग तसाच खोल श्वास घेऊन ती म्हणाली,

'तुला कुठून काय माहीत होणार? मध्ये भेटीगाठीच झाल्या नाहीत तर? माई अन् बाबा वर्षा-दीड वर्षाच्या अंतरानं वारले. सुशीचं लग्न झालं. ती विजापूरला असते. माझा दादा अन् वहिनी पण वारली. दादाला एकच मुलगी होती– नलू. तिचं लग्न झालं. ती अन् तिचा नवरा इथं माहिमला असतात–'

'पण तू रजूताई?– तुझं काय चाललंय?'

रजनी पुन्हा कसेतरी हसली. मग ती म्हणाली,

'तुला काहीच ठाऊक नाहीसं दिसतंय. माझंही लग्न झालं होतं. पण – दोन वर्षांतच आमचा घटस्फोट झाला. मी आता नलूकडेच राहते.'

रजनीचे लग्न. तिचा घटस्फोट. सारेच मला अनपेक्षित होते. मधल्या काळात

ब्रह्मांड घडून गेलेले दिसत होते. काय बोलावे ते मला सुचेना. आमच्या पुढ्यातले चहाचे कप कधीच थंडगार होऊन गेले होते. जरा वेळाने मी म्हटले,

'नलूकडे असतेस ते तरी बरं आहे. निदान आपल्या माणसांत आहेस.'

'कसली आले आहे आपल्या माणसांत!' रजनी खिन्न कडवट हसून म्हणाली, 'नली फार बदलली आहे. मला तिच्या संसारात अडगळ होऊन राहायची वेळ आली आहे. मी स्वयंपाक करते. तिची मुलं सांभाळते. फावल्या वेळात शिवणटिपण करते. तरी नलीची धुसफूस चालूच. खरंच सांगते. नको वाटतं एकेकदा.'

'पण रजूताई', मी म्हणाले, 'कुठं कामधंदा, नोकरी काहीच जमलं नाही का ग?'

'नोकरी मिळावी असं काय आहे माझ्याजवळ?' रजनी म्हणाली, 'साधी बी.ए.ची पदवी पदरात पाडून घेता आली नाही मला. ना शिक्षण, ना कसली कला, ना कसलं कसब. शिवाय नवऱ्यापासून वेगळी झालेली अर्धवयाची बाई मी. सुशी धाकटी बहीण. पण चार दिवस कधी पाहुणचाराला सुद्धा बोलावत नाही मला. मग करायचं काय मी? जायचं कुठं? शेवटी नलूजवळ डोकं देऊन राहिले आहे. काही नाही तरी, निदान चार भिंती आहेत भोवती, दोन वेळा जेवायला मिळतं. पुष्कळ झालं म्हणायचं.'

आता रजनी बोलत सुटली होती. पण हॉटेलात किती वेळ बोलत राहणार? शिवाय मला खरोखरच वेळ नव्हता. मी तिला म्हटले,

'रजूताई, या रविवारी माझ्या घरी ये तू. दिवसभर राहायच्या बेतानं ये. आपण बोलू. मोकळेपणानं.'

मी उठले तशी रजनीही उठली. मी तिला माझ्या घराचा पत्ता सांगितला. फोन नंबर तिच्याकडे दिला. मग चहाचे पैसे देऊन आम्ही हॉटेलबाहेर पडलो. रजनी तिच्या वाटेने गेली. मी माझ्या उद्योगाला निघून गेले.

दिवसभर कामे उरकताना रजनीची आठवण मध्येच दुखऱ्या दातात कळ यावी, तशी उमटत होती. कामे संपवून संध्याकाळी घरी आले आणि माझ्या मनाला मी मोकळे सोडले. पस्तीस वर्षांची पाने फडफडत उलटून गेली आणि भूतकाळातली चित्रे माझ्या डोळ्यांसमोर उलगडू लागली.

मी तेव्हा बी.ए. च्या वर्गात होते. घरी माझा अभ्यास होत नसे म्हणून घरापासून जवळच एका वाड्यात एक खोली घेऊन मी राहात होते. जेवणखाण आणि रात्रीची झोप एवढ्यापुरतीच मी घरी येई. बाकी सारा वेळ मी त्या खोलीत अभ्यास करीत बसे. माझ्या घरच्या माणसांनी अभ्यासासाठी मला खोली घ्यायला परवानगी देताना एकच अट घातली होती. शेजारी कुटुंब असावे. माझ्या खोलीलगत असे एक कुटुंबवत्सल बिऱ्हाड होते. तीन खोल्यांमधून त्यांचा संसार मांडलेला होता. घरात

माणसे पाच. म्हातारे नाना, त्यांच्या पत्नी माई, दोन मुली आणि एक मुलगा. माझ्या वयाच्या. मोठी रजनी, धाकटी सुशीला आणि मधला दादा.

रजनी माझ्या वर्गात होती. सुशीला आमच्यापेक्षा वर्षभराने लहान असेल. तिची बुद्धी अगदीच सामान्य. म्हणून ती अजून कॉलेजच्या पहिल्या वर्षातच रेंगाळत होती. रजनी बुद्धीने जरा तल्लख होती. ती बी. ए. पर्यंत आली होती. आपल्याच वर्गात शिकणारी, आपलेच विषय घेतलेली एक मुलगी शेजारी आहे या जाणिवेने मला सुरुवातीला मोठा हुरूप आला होता. पण काही दिवस गेले आणि मला कळून चुकले, अभ्यासाच्या दृष्टीने रजनीची संगत आपल्याला फारशी उपयोगाची होणार नाही. तिच्या आणि माझ्या आवडीनिवडी, कुतूहलाचे विषय अगदी वेगळे होते. मला साहित्य, चित्र, कविता, वाङ्मयीन घडामोडी यात रस होता. रजनीला भोवतालची माणसे, त्यांच्या जीवनातल्या घटना यांबद्दल कुतूहल वाटे; पण ते कुतूहल फारसे निरोगी नव्हते.

मी माझ्या खोलीत अभ्यास करीत बसले की, रजनी तिथे येई. धपकन कॉटवर बसे आणि माझ्या हातातले पुस्तक ओढून घेत म्हणे, 'सारखी कसली वाचतेस?'

'मग काय करू तर?' मी किंचित चिडून म्हणे.

'गप्पा मारूया.' रजनी म्हणे.

'बरं तर.' मी निमूट उत्तर देई; पण माझ्या स्वरात फारसा उत्साह नसे. तरीही रजनीला वाईट वाटू नये म्हणून मी तिच्या गप्पांत भाग घेई. लवकरच माझ्या ध्यानात आले की, रजनी आणि सुशीला यांना कॉलेजमधल्या अनेक बारीकसारीक गोष्टी माहीत आहेत. विशेषत: कुठल्या मुलीची कुठल्या मुलाशी मैत्री आहे, कोण कुणाच्या प्रेमात पडले आहे किंवा प्रेमात पडण्याच्या बेतात आहे, कुणाच्या नावाभोवती कुठल्या भानगडीचे वलय आहे याची बित्तंबातमी या बहिणींना आहे. इतकेच नाही तर, त्या सर्व गोष्टींविषयी त्या अत्यंत चवीने बोलतात. खोलीत राहायला आल्यानंतर एका महिन्यात मला कॉलेजमधल्या अशा घटनांचे इतके ज्ञान झाले की, जे गेल्या चार वर्षांत माझ्या पदरी पडले नव्हते. प्रारंभी काही दिवस त्या गप्पांची मला गंमतही वाटली. माझेही तेच वय होते. अशा गोष्टींबद्दल मला काहीच कुतूहल नसेल हे कसे शक्य आहे? क्वचित ते कुतूहल चौकसखोर वृत्तीच्याही पातळीवर जाई. पुढे पुढे त्या गप्पांचा मला कंटाळा येऊ लागला आणि या दोघी बहिणी- विशेषत: रजनी- अशा बाबतीत नको तेवढा उत्साह दाखवीत आहेत असे मला वाटू लागले.

सुशीला म्हणे म्हणून मीही रजनीला 'रजूताई' म्हणत असे. रजनीच्या आणि सुशीलाच्या गप्पांचे स्वरूप साधारणत: या नमुन्याचे असे –

'सुशे', रजनी म्हणे, 'आज लायब्ररीत काय झालं माहीत आहे?'

'काय ग रजूताई? काय झालं?' सुशीला कान टवकारून प्रश्न करी. तिच्या चेहऱ्यावर कुतूहल नुसते ओसंडत असे.

'आपली मीरा ग, मीरा नाईक? फिलॉसॉफिचा तो घाटपांडे आहे ना, त्याच्याजवळून नोट्स घेत होती कसल्यातरी.'

'मग त्यात काय बिघडलं?' मी मध्येच प्रश्न करी.

'अग ही संस्कृतची स्टुडंट. तो फिलॉसॉफिचा विद्यार्थी. त्याच्या नोट्स हिला कशाला हव्यात?'

'इंग्लिशच्या नोट्स असतील.' मी म्हणे, 'इंग्रजी हा आपला सर्वांचाच कम्पल्सरी विषय नाही का?'

'अहाहा! बोलल्या पंडिताबाई!' रजनी तुच्छतेने मला झिडकारून टाकीत म्हणे, 'घाटपांडेकडून इंग्रजीच्या नोट्स कुणी घ्यायला तो भारीच स्कॉलर लागून गेलाय! अग, नोट्स कुठल्या आल्या आहेत? मी सांगते तुला, नोट्सच्या नावाखाली पत्रांची देवाण-घेवाण करीत असणार ती दोघं!'

खरे म्हणजे मीराने आणि घाटपांडेने पत्रांची देवाण-घेवाण केली तरी, त्यात रजनीला आक्षेप घेण्याजोगे काय वाटत होते कोण जाणे! पण अशा वेळी अगदी सात्त्विक भूमिका घेऊन रजनी चिडून चिडून बोलत राही. 'मला विचार तू' आणि 'मी सांगते तुला' ही दोन वाक्ये तिच्या बोलण्यात पालुपदासारखी येत. अमुक एक 'स्कँडल' तिला माहीत नाही असे कुणी नुसते सुचवले तरी, तिला ते फार अपमानकारक वाटे. आपल्याला सर्वांच्या सर्व भानगडी माहीत आहेत असा अभिनिवेश तिच्या बोलण्यात असे. हा एवढाच अभिनिवेश तिच्या वृत्तीत असता तरी हरकत नव्हती. पण हळूहळू माझ्या ध्यानात येऊ लागले की, या साऱ्या कुतूहलामागे रजनीचा एक अहंकारही होता. आपण किती चांगल्या आहोत अशा ऐटीने ती कॉलेजमधल्या बहुतेक सर्व मुलींबद्दल तुच्छतेने बोले. साऱ्यांच्या नीतिमत्तेचे रक्षण करण्याचा मक्ता आपण घेतला आहे, अशा उच्च भूमिकेवरून ती साऱ्यांच्या वर्तनावर शेरे देत सुटे. कोण कुणाबरोबर हॉटेलात जाऊन चहा घेते, कोणी कुणाबरोबर कुठल्या 'शो'ला कुठला चित्रपट पाहिला, संध्याकाळी कोण कुणाबरोबर फिरायला जाताना दिसले - सारे सारे रजनीला माहीत असे; आणि त्या त्या मुलीबद्दल, मुलाबद्दल ती पराकाष्ठेच्या तुच्छतेने, कुत्सितपणे, निष्ठुरपणे जिभेचा पट्टा फिरवत राही.

संध्याकाळच्या वेळी रजनी आणि सुशीला गॅलरीत उभ्या राहात. गॅलरीसमोरच वाहता रस्ता होता. त्याच्या पलीकडे कॉलेजची भव्य इमारत उभी होती. मी माझ्या खोलीत वाचीत किंवा नुसतीच कॉटवर पडून आढ्याकडे बघत असे. मला त्यांचे संभाषण स्पष्टपणे ऐकायला येई.

'अय्या सुशे, ती चिटणीस का ग?'

'होय ग. चिटणीसच की.'

'सुशे, आज बरोबर कर्णिक दिसत नाही.'

'का ग?'

'बिनसलं असणार दोघांचं. मी सांगते तुला, हे असं होणार हे पहिल्यापासून ठाऊक होतं मला.'

'रजूताई, ती कोण ग चाललीय? नीटसं दिसत नाही इथून.'

'ती कुसुम ग. आता पाचवारी नेसायला लागलीय ना, म्हणून ओळखायला येत नाही बघ पाठीमागून.'

'आज नाना सावंतबरोबर माली जाधव कशी नाही?'

'मालीला घरच्या लोकांनी कॉलेजातून काढून घरी बसवलीय. खानदानी कुटुंब ते. त्यांना का असलं काही सहन होणार? मालीचं लग्नच करून टाकतील बघ ते यंदा. मला विचार तू.'

रोजच्या रोज त्या दोघी बहिणींची संध्याकाळच्या वेळी गॅलरीतून चाललेली ही 'कॉमेंटरी' माझ्या कानी पडे. माझा त्यांना या गप्पात फारसा उपयोग होत नसे. मी बावळट असल्याचे त्यांनी कधीच ठरवून टाकले होते. शिवाय या बाबतीत त्यांना काही सांगण्यासवरण्याची सोय नव्हती. कारण नाही म्हटले तरी, रजनीला मी दबकत असे. त्यांच्या शेजाराला, त्यांच्या आधाराने आपण राहात आहोत या गोष्टीचे एक दडपण माझ्या मनावर होते.

कॉलेजची पहिली टर्म संपली आणि दुसऱ्या टर्मच्या सुरुवातीलाच रजनीने मला एक बातमी सांगितली.

'काही तरी फार भयंकर घडणार आहे.' ती मला म्हणाली.

'काय ते?'

'शोभा सरदेशपांडे पाटीलच्या नादी लागली आहे.'

'कोण पाटील?' मी प्रश्न केला.

'पाटील माहीत नाही तुला? कॉलेजात काय डोळे झाकून वावरतेस काय?' रजनी किंचित चिडून म्हणाली, 'पद्मनाभ पाटील कॉलेजमधला एक नंबरचा मवाली पोरगा. म्हटला तर स्पोर्ट. म्हटला तर स्कॉलर, पण पक्का मवाली. अन् ही खालमानेची बावळट शोभा त्याच्या आहारी जाते आहे. छे छे. हे थांबवलंच पाहिजे.'

शोभा. शोभा सरदेशपांडे. इंटरच्या वर्गातली नाजूक, देखणी, खाली मान घालून चालणारी, सौम्य, सात्त्विक शोभा माझ्या डोळ्यांसमोर उभी राहिली आणि पद्मनाभ पाटीलही मला दिसू लागला. उंचापुरा, धिप्पाड, सावळ्या रंगाचा, धुंद लालसर डोळ्यांचा पाटील आमच्या कॉलेजात सर्वांना ठाऊक होता. विद्यार्थ्यांवर

त्याचा चमत्कारिक दबाव होता. मुली त्याच्या वाऱ्यालाही उभ्या राहात नसत. प्राध्यापकच नव्हेत तर, प्रिन्सिपॉलही त्याला दबकून असत. पाटील हा मारामाऱ्या करण्यात पटाईत होता. तो नुसता जवळून गेला तरी छातीत धडधडायला लागे. त्याची दोन तीन प्रेमप्रकरणे कॉलेजात गाजून गेली होती. एकदा तर तो 'रस्टिकेट' होण्यापर्यंत वेळ आली होती. पण वेगवेगळ्या मैदानी खेळातले त्याचे चातुर्य आणि अभ्यासात त्याने सतत ठेवलेला आपला एक विशिष्ट दर्जा यामुळेच त्या संकटातून तो सहीसलामत सुटला होता आणि अशा या पाटीलच्या नादी शोभासारखी गरीब मुलगी –

माझा त्या गोष्टीवर विश्वासच बसेना. पण रजनीला मी तसे नुसते सुचविले मात्र, ती अगदी चवताळून उठली. अशा गोष्टीतल्या तिच्या अद्ययावत ज्ञानाबद्दल मी शंका घ्यावी हेच मुळी तिला फार अपमानकारक वाटले. बराच वेळ ती ताडताड मला बोलत राहिली. सामान्यत: अशा वेळी रजनीसमोर मी पड खात असे. पण आज मलाही कसले अवसान आले होते कुणास ठाऊक. कधी नव्हे ती मी तिला म्हणाले,

'रजूताई, समज तू म्हणतेस तसंही असलं तरी, त्यासंबंधी काही बोलण्याचा, त्यावर काही मत देण्याचा किंवा या संबंधात गुंतलेल्या व्यक्तींना काही सांगण्याचा तुला काय अधिकार? या साऱ्यांशी तुझा काय संबंध? तू दुसऱ्या कुणाच्या खाजगी जीवनावर अतिक्रमण करते आहेस असं नाही तुला वाटत?'

मी इतके अन् या प्रकारे बोलावे हा रजनीला आलेला माझा पहिलाच अनुभव. क्षणभर ती आश्चर्याने माझ्याकडे बघत राहिली आणि मग आपले ते जाणते, उच्च पातळीवरचे, दुसऱ्याला खिजवणारे असे नेहमीचे कुत्सित हसे हसून ती मला म्हणाली,

'मूर्ख आहेस तू. तुला काही म्हटल्या काही सुद्धा कळत नाही. ही शोभा जाणूनबुजून कड्यावरून उडी घेते आहे. तिचा सर्वनाश होणार हे मला स्पष्ट दिसतंय. अशा वेळी तिला धोक्याची सूचना द्यायची नाही, तर काय नुसतं बाजूला उभं राहून तिला मरताना बघायचं? ते काही नाही. मला या बाबतीत शोभाला काय ते सांगितलंच पाहिजे अन् ते शक्य तितक्या स्पष्ट शब्दात मी सांगणार!'

रजनीच्या त्या आविर्भावाकडे मी बघतच राहिले. तिचे डोळे चमकत होते. चेहऱ्यावर सात्त्विकतेचे तेज विलसत होते. अहंकाराचा दर्प तिच्या शब्दाशब्दांतून दरवळत होता. ती वेडी तर नाही ना, अशी मला शंका आली आणि कधी कुणाचा आला नसेल इतका तिचा तिटकाराही त्या क्षणी आला.

नंतर मी रजनी आणि सुशीला यांच्याशी बोलेनाशी झाले. परीक्षा झपाट्याने जवळ येत होती. त्यामुळे अभ्यासाची सबब होतीच. अलीकडे तर दिवसातून चार-

चार पाच-पाच तास मी लायब्ररीतच बसत होते.

एका संध्याकाळी लायब्ररीतून मी बाहेर पडत होते. तो जिन्यातच मला शोभा भेटली. तिची माझी फार घनिष्ठ मैत्री नव्हती, पण चांगली ओळख होती. मला बघताच ती म्हणाली,

'तुला थोडा वेळ आहे का? मला तुझ्याशी बोलायचं आहे- खाजगी बोलायचं आहे.'

'आहे वेळ. चल माझ्या खोलीवर', मी तिला म्हटले.

शोभा म्हणाली, 'अहं. खोलीवर नको तुझ्या. आपण हॉटेलात जाऊ या.'

मग आम्ही दोघी कॉलेजजवळच्या हॉटेलात गेलो. बंद केबिनमध्ये जाऊन बसलो. मी चहा सांगेपर्यंत शोभा गप्प बसून होती. वेटरने चहाचे कप आणून ठेवले आणि तो निघून गेला. केबिनची झडप बंद होताच शोभाने एक विलक्षण गोष्ट केली. तिने दोन्ही हातांनी आपले तोंड झाकून घेतले आणि ती एकदम हमसाहमशी रडू लागली.

मला तिच्या रडण्याचे कारण थोडेसे ध्यानात येत होते. तिचा आवेग ओसरेपर्यंत मी काही बोलले नाही. मग मी फक्त तिच्या हातावर किंचित थोपटल्यासारखे केले. माझा तोच हात हातात घट्ट पकडून शोभा बोलू लागली,

'हे बघ, तुझ्या त्या मैत्रिणीला तू काही सांग. ती का माझ्या मागे लागली आहे? एकसारखी ती मला गाठते. कॉलेजात, रस्त्यावर, लायब्ररीत आणि तिचा उपदेश सुरू होतो. तेही सोड. पण-पण पाटीलची ती हवी तशी निंदा करते ग. नाही नाही ते बोलते. त्याला गुंड, मवाली, बदमाष-वाटेल त्या शिव्या देते. मी म्हणते हिचा संबंध काय? का ही अशी छळते आम्हांला? का आमच्या सुखात बिब्बा घालते? आम्ही आमचा प्रश्न आमच्या पद्धतीनं सोडवतो आहोत. हिचा का उपद्रव आमच्या मागे?'

शोभा पुन्हा रडू लागली. मला काहीच बोलता येईना. कसेबसे तिचे सांत्वन करून, धीर देणारे काही तुटक शब्द बोलून मी तिची समजूत घातली. जरा वेळाने आम्ही दोघी तिथून बाहेर पडलो.

त्यानंतर एक आठवडा जेमतेम गेला असेल. एके दिवशी दुपारच्या वेळी माझ्या खोलीत रजनी अन् सुशीला येऊन बसल्या होत्या. गावात न्यू थिएटरचे नवे चित्र लागले होते. ते बघायला जाण्याचा बेत त्या आखत होत्या. त्यांच्याबरोबर मी सिनेमाला यावे म्हणून त्या मला आग्रह करीत होत्या. आमचे बोलणे रंगात आले होते. इतक्यात खोलीचे दार धाडकन उघडले गेले आणि आत आला पद्मनाभ पाटील. दाराबाहेर शोभा अंग चोरून उभी होती. पद्मनाभने बाहेर जाऊन तिच्या हाताला धरून खेचीत तिला आत आणले आणि एक जोराचा धक्का मारून दिला

रजनीकडे ढकलीत तो रजनीला म्हणाला,

'अहो रजूताई, ही शोभा तुमच्यासमोर उभी आहे अन् हा मी पण तुमच्यासमोर उभा आहे. आता सांगा तिला काय सांगायचंय ते. हं बोला.'

एखादी वावटळ दरवाजातून आत घुसावी, अशी आमची तिघींची अवस्था होऊन गेली होती. रजनी आश्चर्याने, भीतीने अवाक् होऊन गेली. डोळे विस्फारून ती पद्मनाभाकडे बघत राहिली. पद्मनाभच्या रुंद कपाळावर बोटभर शीर उभी राहिली होती. त्याचे केस विस्कटून पुढे आले होते. डोळे तांबारले होते. आपल्या ताडमाड उंचीवरून तो खूप खाली आमच्याकडे बघत आहे असा मला भास झाला. शोभा एखाद्या बाहुलीसारखी लहान, गरीब वाटत होती. ती थरथर कापत होती. क्षणभरातच ती रडू लागेल की काय असे वाटत होते.

'अहो, बोला ना!' पद्मनाभ पुन्हा ओरडला, 'सांगा, सांगा शोभाला, मी कसा गुंड आहे, मवाली आहे, नालायक आहे म्हणून? पण खरं सांगू? तिला ते सगळं काही ठाऊक आहे. होय आहे मी मवाली. आहे मी गुंड. तुम्ही म्हणता तसा सारा सारा मी आहे. आणखीही बराच काही आहे. पण तरी- तरी शोभा माझ्याशी लग्न करणार आहे. फसवीन मी तिला कदाचित. नाही सुख द्यायचा तिला. छळीन देखील पण तरी- तरी ती माझी होणार आहे. आता तुम्हाला तिला काय सांगायचं असेल ते–ते सांगा. हं करा सुरुवात-'

रजनी दगडी पुतळ्यासारखी निश्चल बसून राहिली होती. तिची जीभ तिच्या टाळ्याला चिकटली होती. तिच्या तोंडून शब्दही फुटत नव्हता. पद्मनाभ रोखल्या नजरेने तिच्याकडे बघत उभा राहिला होता. पाच–एक मिनिटे अशीच गेली. मग तो अत्यंत तुच्छतेने हसला. शोभाच्या गळ्यात हात टाकून त्याने तिला जवळ घेतले आणि रजनीला उद्देशून तो म्हणाला,

'आता गावभर आमच्या नावानं काय बोभाटा करायचा असेल तो करा. आम्ही त्याला कवडीचीही किंमत देत नाही. चल शोभा. चल माझ्याबरोबर.'

शोभाचा हात धरून तो तिला दारापर्यंत घेऊन गेला. पण शेवटच्या क्षणी त्याला काय वाटले कुणास कळे. तो पुन्हा माघारी आला आणि म्हणाला,

'रजूताई, साऱ्या जगाच्या नीतिमत्तेचा बोजा तुमच्या खांद्यावर आहे नाही? साऱ्यांच्या भल्याबुऱ्याची जबाबदारी तुम्ही आपखुषीनं आपल्या अंगावर घेतलीय, नव्हे? ओहो, शीलाचं, पावित्र्याचं, नीतीचं, केवढं तेज चमकतंय तुमच्या चेहऱ्यावर!'

पद्मनाभ पुन्हा एकदा अत्यंत तुच्छतेने हसला अन् मग तो म्हणाला,

'असं करा रजूताई, ही ओझी जरा बाजूला ठेवा. जरा नादी लागा कुणाच्या. प्रेम करून बघा कुणावर तरी. पण छे. तुमच्याबाबतीत शक्य नाही दिसत मला ते. तुम्ही अशा रजूताईच राहणार. जन्मभर. अगदी मरेपर्यंत.'

'पाटील, पुरे आता.' मी कसेबसे बोलले. त्याने माझ्याकडे पाहिले. तो अगदी निर्मळ, प्रसन्न, मोकळे हसला. दुसऱ्याच क्षणी शोभाला हाती धरून तो खोलीबाहेर पडला. हा सर्व प्रकार इतका आकस्मिक, इतका अनपेक्षित होता की, ते खरे की स्वप्न हेही काही वेळ मला उमगेना. खोलीभर एक विचित्र शांतता पसरली होती. एका मोठ्या हुंदक्याने त्या शांततेचा भंग झाला. मी चमकून पाहिले. रजनी दोन्ही हातांनी तोंड झाकून रडत होती. मी तिच्या खांद्यावर हात ठेवला पण तिने तो हात झिडकारून टाकला आणि ती एकदम माझ्या खोलीतून बाहेर निघून गेली.

पुढच्याच आठवड्यात शोभा सरदेशपांडे पद्मनाभ पाटीलबरोबर पळून गेल्याची खळबळजनक बातमी कॉलेजभर पसरली आणि त्यानंतर लगोलग त्यांचे लग्न झाल्याची बातमीही वर्तमानपत्रातून प्रसिद्ध झाली.

या सर्व घटनेचा माझ्या मनावर काय उलटसुलट परिणाम झाला असेल तो असो. परीक्षा तोंडावर आलेली असताही मी खोली सोडली. पुन्हा घरी राहायला आले. परीक्षा यथाकाल आटोपली. परीक्षेचा निकालही लागला. मी पास झाले. रजनी नापास झाली.

नंतर आमच्या फारशा भेटीही झाल्या नाहीत. दोघींचे संबंध तुटता तुटता तुटूनच गेले. मी पुढे एम.ए.च्या अभ्यासाला लागले आणि नंतर तर आमच्या भेटी अजिबात थांबल्या.

ती रजनी आज इतक्या वर्षांनंतर मला भेटली होती, अशा अवस्थेत भेटली होती.

मी विचार करू लागले, नेमके काय घडले असेल? रजनीचे लग्न कुणाशी झाले? कोण असेल तिचा नवरा? दोघांचे का पटले नसेल? रजनीचा स्वभाव पुढे पालटला होता का? इतरांच्या खाजगी गोष्टीत रस घेण्याची तिची वृत्ती पुढे बदलली असेल का?

- आणि मग एकदम एक अगदी विचित्र विचारही मनात येऊन गेला. अनेक प्रेमिकांच्या प्रेमसंबंधात रजनी ढवळाढवळ करीत असे. त्यातल्या कुणाचा तळतळाट तर तिला बाधला नसेल? 'तुम्ही अशा रजूताईच राहणार जन्मभर, मरेपर्यंत' पाटीलचे ते शब्द इतक्या वर्षांनंतर मला आठवले. त्याचा शाप तर भोवला नसेल रजनीला?

अनेक प्रश्न मनात पिंगा घालताहेत. मी फार अस्वस्थ झाले आहे. येत्या रविवारी रजनी माझ्याकडे येणार आहे. मी तिच्या येण्याची आतुरतेने वाट बघत आहे.

■

**

८. हॅम्लेट

**

पद्मनाभला झोपेतून जाग आली.

गेले कित्येक दिवस जागृतीच्या पहिल्याक्षणी त्याला एक विचित्र अनोळखीपणाची जाणीव होई. तीच भावना आजही त्याला झाली. आपण कुठे येऊन पडलो आहोत अशा एका परक्या नजरेने त्याने भोवताली पाहिले.

सुसज्ज शय्यागृह. फिकट पिवळ्या सायीची रंगाच्या भिंती. गडद तपकिरी रंगाचे रेशमी तलम पडदे. खिडक्यां-दारांवर झुलणारे, बघता क्षणी डोळ्यांचा भुलभुलैय्या करणारे. समोरच्या भिंतीवरचे मॉडर्न पेंटिग, शरीर बुडवणारी अंगाखालची गुबगुबीत गादी. मस्तक अलगद झेलून धरणाऱ्या रेशमी अभ्र्यांच्या मऊ मऊ उशा.

सारे काही तसेच होते. तेच लहानपणापासून ओळखीचे. वयाच्या चौथ्या-पाचव्या वर्षापासून याच खोलीत, पद्मनाभ असाच सकाळी जागा होत आला होता. लहानपणी शाळेला जाण्यासाठी लवकर उठताना तो खळखळ करीत असे, सुटीच्या दिवशी दहादहा वाजेपर्यंत गादीवर लोळत राहात असे. जरा वाढते वय झाले तेव्हा, रेशमी मऊ उशी डोळ्यांवर दाबून आतल्या किरमिजी काळोखात तरुण मनाची अवखळ स्वप्ने रंगवण्यात तासन्तास तो गढून जाई.

इथली सकाळ त्याच्या परिचयाची होती, तशी रात्रही त्याच्या ओळखीची होती. कॉलेजमध्ये शिकत असताना मित्रांना घरी बोलावून त्यांच्या संगतीत त्याने इथे गप्पा-गोष्टींत रात्री जागवल्या होत्या. आवडते कवितेचे पुस्तक वाचताना, त्यातल्या ओळी मनात घोळवीत झोपेत बुडून जाण्याचे सौख्य त्याने इथेच अनुभवले होते. एखाद्या रात्री झोप आली नाही तर, बाहेरच्या गॅलरीत उभे राहून वरच्या तारकांखचित आकाशाकडे तो टक लावून बघत राहिला होता. बी.एस्सी.च्या परीक्षेच्या वेळी इथेच त्याने जीव तोडून अभ्यास केला होता.

तेव्हा ही खोली कधी अनोळखी, अपरिचित वाटली नव्हती. मग आता –

आपल्याला या खोलीबद्दल- नव्हे तर, साऱ्या घराबद्दलच हे परकेपण कधी वाटू लागले याचा पद्मनाभ विचार करू लागला. प्रयत्न करूनही त्या भावनेचे मूळ त्याला सापडेना. कधीपासून ही परकी भावना आपल्या मनात निर्माण झाली? आपल्या मित्राच्या, किशोर जाधवच्या वृद्ध वडिलांचा हॉस्पिटलच्या जनरल वार्डमधला बेवारशी मृत्यू पाहिला तेव्हापासून? दुसऱ्या एका मित्राच्या अविनाश सानेच्या सचिवालयात काम करणाऱ्या बहिणीबद्दलच्या चित्रविचित्र स्कँडल्स कानी आल्या तेव्हापासून? की फोर्टमधली चित्रांची प्रदर्शने बघत असताना, एका आडबाजूच्या पण अत्यंत फॅशनेबल हॉटेलातून एका रंगीबेरंगी विचित्र बाईबरोबर वडिलांना बाहेर पडताना पाहिले तेव्हापासून? की–

कारणे काहीही असोत; पण या घरात, याच श्रीमंत आणि आधुनिक संस्कृतीत बाळपणापासून वावरत आलेल्या, तिथे वयाची पंचवीस वर्षे अगदी आनंदाने घालवलेल्या पद्मनाभला अलीकडेच तिथे एकदम परकेपणा जाणवू लागला होता हे मात्र खरे.

पद्मनाभने काही वेळ या कुशीवर, मग त्या कुशीवर असे वळण्यात वेळ घालवला. नंतर मस्तकावरच्या खूप वाढलेल्या केसांतून डाव्या हाताची बोटे कंगव्यासारखी फिरवीत तो एकदम उठला. उशाशी सिगारेटचे पाकीट पडले होते. नेहमीप्रमाणे त्याचा हात तिकडे वळला पण तो त्याने पुन्हा मागे घेतला. अलीकडे बेचैन वाटू लागले की, तो भरमसाट सिगारेटी ओढायचा. पण सिगारेटीच्या वाढत्या प्रमाणावरूनच त्याला आपली बेचैनी वाढत चालल्याचे जाणवू लागले होते आणि त्यावर सिगारेट हा उपाय नव्हे हेही त्याच्या ध्यानी आले होते. त्याने निग्रहाने हात मागे घेतला आणि डोळे चोळीत तो शेजारच्या बाथरूमकडे वळला.

तोंड धुऊन, चूळ भरून, केसांवरून पाण्याचा हात फिरवीत पद्मनाभ बाहेर आला तेव्हा, बिछान्याजवळच्या खुर्चीवर येऊन बसलेली आई त्याला दिसली. प्रेमलाबाईंचे वय आता पन्नाशीच्याही पुढे गेले होते. पण पाठमोऱ्या बघितल्या तर, त्या पस्तिशीच्या आतबाहेर दिसत आणि पार्टीसाठी उत्तम केशभूषा, वेषभूषा आणि प्रसाधन केलेल्या प्रेमलाबाई तर, ऐन पंचविशीतल्या तरुणीसारख्या भासत. पद्मनाभने आईकडे नजर टाकली. या सकाळच्या वेळी, वेणीफणी केलेली नसल्यामुळे आणि चेहऱ्यावर नेहमीचा मेकअप नसल्यामुळे आपली आई किती वयस्कर, पोक्त आणि कुरूप दिसत आहे ते पद्मनाभला अचानक जाणवले. प्रेमलाबाईंच्या रंगवलेल्या केसांतून शुभ्रकरड्या फटी दिसत होत्या. कोरून रेखीव केलेल्या भुवया रंगाच्या अभावी कृत्रिम, कर्कश आणि हिशेबी वाटत होत्या. डोळे ओढलेले होते. गालांवर कळे न कळेशी सूज असून ते ओथंबल्यासारखे झाले होते. नेहमी लिपस्टिकने

आकार दिलेले ओठ, आता लिपस्टिकच्या अभावी कोड फुटल्यासारखे पांढरे, ओंगळ दिसत होते. पद्मनाभ अगदी अलिप्त, वस्तुनिष्ठ दृष्टीने आईला न्याहाळीत होता. तिचे बेरूप त्याला बघवेना. त्याबरोबरच वजन आटोक्यात ठेवण्याच्या अट्टाहासामुळे मोजके खाऊन प्रेमलाबाईंनी स्वत:चे शरीर बांधेसूद राखले होते, तो बांधेसूदपणाही यावेळी पद्मनाभला कुठे जाणवेना. बिनबाह्यांच्या ब्लाऊजमधून उघड्या पडलेल्या त्यांच्या दंडांवरची त्वचा रखरखीत झाली होती. हात जरा वर उचलला की, दंडाखाली त्वचेची झोळी लोंबताना दिसे. उंच गळ्यावर निळ्या शिरा तटतटलेल्या आणि हाताच्या पंज्यांवरही तशाच शिरांचे जाळे पसरलेले. या वयाच्या इतर स्त्रियांप्रमाणे आपली आई लट्ठ का नसावी?

प्रेमलाबाई 'टाइम्स'च्या अंकावर नजर फिरवीत होत्या म्हणून पद्मनाभला त्यांच्याकडे इतके निरखून बघता आले. त्या क्षणी त्याला आपल्या आईच्या सडसडीतपणाची, तिच्या देहाची, तिच्या चेहऱ्याची विलक्षण घृणा वाटली. एम. ए.ला फर्स्ट क्लास आलेली, कॉलेजमधली अत्यंत हुषार विद्यार्थिनी म्हणून नावाजलेली, विजेसारखी तल्लख बुद्धिमत्ता असलेली एकेकाळची ही स्वतंत्र व्यक्तित्व असणारी स्त्री, श्रीमंतीच्या आणि सुखवस्तूपणाच्या विषाने आज तिची ही काय अवस्था करून टाकली होती! पद्मनाभचे मन शिसारले. त्याबरोबरच प्रत्यक्ष आपल्या जन्मदात्रीबद्दल असे अनुदार, ओंगळ विचार आपल्या मनात यावेत याबद्दल त्याला स्वत:चीही किळस आली. अनुतापाच्या भावनेने तो विद्ध झाला आणि त्याने साद दिली,

'आई–'

त्याची हाक ऐकून प्रेमलाबाईंनी हातातला पेपर चटकन् खाली ठेवला. पद्मनाभकडे बघून किंचित हसून त्या म्हणाल्या,

'चहा घेतलास?'

'नाही.'

प्रेमलाबाईंनी बिछान्याच्या उशालगतच्या बेलवर बोट ठेवले. धोंडू गडी धावत आला. त्याला दोन कप चहा बनवून आणायला सांगून, तो खोलीबाहेर गेल्यानंतर प्रेमलाबाई पद्मनाभला म्हणाल्या,

'काल मीरचंदानीकडच्या पार्टीला का नाही आलास?'

'काल तब्येत जरा बरी नव्हती माझी.' पद्मनाभ म्हणाला.

'तरणीताठी पोरं तुम्ही,' प्रेमलाबाई किंचित रोषाने म्हणाल्या, 'तुमच्या तब्येती बिघडायला काय होतं रे? काल तिथं 'हेम्को'चा मालपाणी आला होता. त्याची नि तुझी ओळख करून देणार होते तुझे पपा. मेजर सोमण पण आले होते. त्यांची अमिता तुझी चौकशी करीत होती. सुब्रह्मण्यम, मित्तल, कडवाळ, गोखले,

शिवदासानी- किती बडी बडी मंडळी हजर होती पार्टीला. अशा ठिकाणी गेलं तर बरं असतं तेवढंच. चार लोकांच्या छान ओळखी होतात. पण तुम्हां मुलांना एवढं व्यवहारज्ञान असेल तर ना!'

धोंडूने चहा आणला. अलीकडे प्रेमलाबाईंनी स्वत:बरोबर घरातल्या साऱ्याच मंडळींच्या चहातली साखर बंद करून टाकली होती. पद्मनाभला तो बिनसाखरेचा कडवट काढा मुळीच आवडत नसे. आईला दुखवू नये म्हणून त्याबद्दल तो तक्रार करीत नसे इतकेच. पण तो चहा पिता पिता एक नकोशी वाटणारी आठवण त्याला आली आणि त्याचे तोंड आणखीच कडू बनले. कॅलरीजचा हिशेब ठेवण्यासाठी चहातली साखर टाळणारी आपली आई अलीकडे फॅशनेबल पार्ट्यांच्या वेळी बेहिशेबी पिते हे त्याच्या ध्यानात आले होते. पार्ट्यांना, मेजवान्यांना जाणे पद्मनाभला हल्ली नको वाटे. त्याच्या अनेक कारणांपैकी हेही एक कारण होते. त्याचे तोंड कडवट झाले आणि मन विषण्ण भावनेने दाटून आले. त्याने पाहिले तो प्रेमलाबाई निरखून त्याच्याकडेच बघत होत्या. पद्मनाभ लगबगीने म्हणाला,

'खरंच आई, मला खरंच बरं नव्हतं.'

'असू दे ते. चल आता अंघोळ वगैरे उरकून घे आणि तुला वाटेल तेव्हा जेवून घे तू.' प्रेमलाबाई म्हणाल्या, 'एकटाच आहेस आज जेवायला घरी म्हणून सांगते.'

'ते का?' पद्मनाभने विचारले.

'अरे, ह्यांना दुपारी फोर्टमध्ये एक बिझिनेस मीटिंग आहे. मग तिकडेच कुठे तरी हॉटेलात लंचला जाणार आहेत सर्वजण म्हणे. नयनाच्या मैत्रिणीचा वाढदिवस आहे म्हणून ती दिवसभर मैत्रिणीकडे जाणार आहे. त्याही सर्वजणी दुपारी बाहेरच जेवणार आहेत कुठेतरी–'

'अन् तू?' पद्मनाभने विचारले.

'मला सकाळी मिसेस सोमणांचा फोन आला होता 'शॉपिंगला येणार का?' म्हणून. तेव्हा मीही दुपारी घरी नसणार आज. त्यांच्याकडे जेवेन, नाही तरी आम्हीही बाहेरच कुठे तरी खाऊ काही.'

'मग माझ्या एकट्यासाठी बाईंना स्वयंपाक कशाला करायला सांगतेस? दे आज त्यांना सुटी.' पद्मनाभ म्हणाला.

'वा! असं कसं? तुझ्या जेवणाची आबाळ नको व्हायला बाबा!' प्रेमलाबाई लडिवाळपणे म्हणाल्या, 'नाही म्हटलं तरी अलीकडे हडकलास बरं का तू पद्मनाभ.'

पद्मनाभला एकदम हसू आले. गेले कित्येक दिवस आईने कधी जवळ बसवून त्याला जेवू घातले नव्हते की, त्याच्या आवडीचा पदार्थ आवर्जून कधी केला नव्हता. डांगर, कढी, थालिपीठ, भोपळ्याचे गोड घारगे, लसणाची चटणी– साधे

घरगुती आवडीचे पदार्थ. पण कित्येक दिवसांत पद्मनाभने ते चाखले नव्हते आणि पार्ट्यांच्या जेवणातले पदार्थ खाऊन खाऊन तो विटला होता. कधी चाइनीज फूड, कधी चिकन तंदुरी, कधी शाही कोर्मा, तर कधी चिकन मख्खनवाला-पद्मनाभचे मन पुन्हा शिसारून उठले. तो आईला म्हणाला,

'माझी काळजी नको करू तू आई. खरंच बाईंना रजा दे आज. अंडी आहेत ना फ्रीजमध्ये? मी स्वत:च झकास ऑम्लेट बनवून खाईन.'

आणि प्रेमलाबाईंना वावगे वाटू नये म्हणून त्यांच्याकडे बघून त्याने आर्जवी, लाघवी हास्य केले. त्यावर त्यांची समजूत पटली. पद्मनाभचे मस्तक कुरवाळून त्या तिथून निघून गेल्या.

मनसोक्त पाणी अंगावर घेऊन पद्मनाभने अंघोळ केली. आता त्याला एकदम खूप हलके, खूप मोकळेमोकळे वाटू लागले. अंगात झुळझुळीत, तलम, सैल कपडे घालून तो आपल्या शय्यागृहाबाहेर आला, तो त्याला नयना दिसली. तिने बेलबॉटम आणि टॉप असा पोषाख केला होता. कमरेखाली पोचतील इतके लांबसडक, दाट केस तिचे होते. ते अलीकडेच तिने कापून आखूड केले होते. ते तिच्या पाठीवर मोकळेच रुळत होते. झगझगीत गुलबक्षी रंगाची बेलबॉटम आणि फिकट गुलाबी टॉप अशा पोषाखातली उंच सडसडीत नयना फार सुरेख दिसत होती. तिच्या एका हातात खूपशा गुलाबी बांगड्या होत्या. त्याच शेडने तिने नखे रंगवली होती आणि ओठांची लिपस्टिक त्याच छटेची वापरली होती. आपल्या बहिणीच्या रूपाचे पद्मनाभला कौतुक वाटे. आता या क्षणी मात्र अगदी विचित्र विचार त्याच्या मनात आला. त्याला वाटले, आणखी पंचवीस-तीस वर्षांनी नयनादेखील आपल्या आईसारखीच दिसू लागेल. कदाचित तिच्याहूनही अधिक कुरूप, अधिक कर्कश. मान झटकून त्याने तो विचार मनातून काढून टाकला आणि नेहमीच्या सरावाने त्याने तिला म्हटले,

'हाय! ब्यूटिफूल!'

'हाय!' नयना म्हणाली. पण तिच्या पोषाखाइतका तिचा चेहरा मात्र प्रसन्न दिसत नव्हता. तिचे काही तरी बिनसले असावे असे पद्मनाभच्या लक्षात आले. त्याने तिला विचारले.

'काय ग? वाढदिवसाच्या पार्टीला ना जाते आहेस? मग चेहरा असा पडलेला का?'

मानेला एक हिसडा देऊन नयना चिडखोरपण म्हणाली, 'अरे, कसला वाढदिवस नि कसली कर्माची पार्टी? वाढदिवस आहे अंजना मेहताचा. मला मुळी सुद्धा आवडत नाही ती मुलगी. नंबर एकची शिष्ट आहे. मला तिचं तोंडसुद्धा बघू नयेसं वाटतं.'

'पण मग तू कशाला जातेस तिच्या पार्टीला?' पद्मनाभने आश्चर्याने विचारले.

'मी कसली जाते आहे? मी तर नकोच म्हणत होते, पण पपांचा आग्रह पडला ना? तिचे वडील- मेहता पपांचे बिझिनेस पार्टनर आहेत. त्यांच्या ओळखीनं चांगली कामं मिळतात. पपा म्हणाले, 'मेहतांना डिसप्लीज करून भागणार नाही. त्यांच्या मुलीच्या वाढदिवसाला जायलाच हवं तुला!' तुला माहीत आहे दादा? तिच्यासाठी प्रेझेंट द्यायची साडीसुद्धा आईनं स्वत: बाजारात जाऊन, चार दुकानं हिंडून आणली. यांचे बिझिनेसचे इंटरेस्ट आणि आम्हांला मात्र नसता ताप!' नयनाने भडाभडा सारे काही सांगून टाकले.

पद्मनाभ ते ऐकून अवाक् झाला. घरात वेळोवेळी चालणाऱ्या संभाषणातले तुकडे त्याच्या कानी येऊ लागले.

'मेहतांची मैत्री डेव्हलप करायला हवी.' 'मीरचंदानीला नाराज करणं मला परवडणार नाही.' 'सोमण वरच्या वर्तुळातली इंपॉर्टंट असामी आहे.' 'कडवाळचं दिल्लीपर्यंत वजन आहे.' 'नव्या डीलमध्ये शिवदासानीची मदत घ्यावी लागणार आहे मला.' संबंध ठेवणे, वाढवणे, हिशेबानं माणसे जोडणे वा तोडणे, फ्रेंडशिप डेव्हलप करणे, कल्टिव्हेट करणे, पार्ट्या देणे, पार्ट्यांना जाणे- एक ना दोन किती तरी गोष्टी त्याला आठवू लागल्या. खरे म्हणजे लहानपणापासून तो हे सारे बघत आला होता. पाकात मुरलेल्या आवळ्यासारखा तो या परिस्थितीत मुरला होता, पण अलीकडेच ते सारे त्याला खुपू लागले होते. त्याच्या मनाला परमावधीची खिन्नता आली.

नयना अंजना मेहताच्या पार्टीला गेली आणि पद्मनाभला सारे घर खायला उठले. पपा कधी कोण जाणे सकाळीच बाहेर निघून गेले होते. आई शॉपिंगला गेली आणि नयना पार्टीला गेली. प्रत्येकामागे काही ना काही पाश होते. प्रत्येकाने स्वत:ला कुठे ना कुठे गुंतवून घेतले होते. मग तो स्वत:च असा मोकळा कसा? त्याच्यामागे कसलेच पाश कसे नव्हते?

आजचा दिवस डोंगरासारखा त्याच्यासमोर उभा राहिला. खरे म्हणजे तो भेटला तर ज्यांना फार आनंद होईल असे डझनभर मित्र त्याला होते. फोर्ट विभागात चित्रांची दोन-तीन सुंदर प्रदर्शने चालू होती. नुसती गाडी घेऊन गावभर भटकायचे म्हटले तरी, ते त्याला करता येण्याजोगे होते. घरी रेडिओग्राम होता आणि देशीविदेशी संगीताच्या उत्तमोत्तम रेकॉर्डस होत्या. मेजर सोमणांची अनिता जेव्हा जेव्हा त्याला भेटली होती, तेव्हा त्याच्या स्नेहाबद्दल, सहवासाबद्दल तिने उघड उघड उत्सुकता दर्शविली होती, त्याने फोन केला असता तर ती आनंदाने त्याला भेटायला आली असती किंवा तोही तिच्या घरी जाऊ शकला असता. श्रीमंत, व्यावसायिक पित्याचा मुलगा म्हणून समाजात विशेषत: तो ज्या सामाजिक श्रेणीत

वावरत होता, त्या श्रेणीच्या मंडळीत त्याला एक विशेष महत्त्वाचे स्थान होतेच. पण त्याचे स्वत:चे व्यक्तित्वही स्वतंत्रत: आकर्षक होते. सायन्सचा डबल ग्रॅज्युएट, बांधेसूद, देखणा, तगडा, साहित्यापासून संगीतापर्यंत नाना कलांत रस घेणारा पद्मनाभ कोणालाही आवडेल असाच होता, त्याला एकाकीपण जाणवावे अशी त्याची परिस्थिती नव्हती आणि तरीही या क्षणी तो विलक्षण एकाकी होता.

तो सारा दिवस त्याने अंथरुणात लोळून काढला. संध्याकाळ झाली आणि घरातली एकेक व्यक्ती पुन्हा घराकडे परतू लागली. प्रथम आल्या प्रेमलाबाई. त्यांनी आपल्याबरोबर अनेक पुडकी आणली होती. तीन-चार नव्या साड्या, नव्या डिझाइनचे मोठाले टॉवेल्स, काही घरगुती वापराच्या वस्तू, टाल्कम पावडरचे अर्धा डझन डबे, पपांसाठी सुवासिक साबण. पद्मनाभसाठी नवा रेशमी स्कार्फ. बेडरूममध्ये त्याच्या बिछान्यावर या साऱ्या वस्तू टाकीत आणि तृप्तीचा नि:श्वास टाकीत त्या म्हणाल्या,

'दमले बाई!'

घरात साऱ्या वस्तूंची रेलचेल असता आईने ही व्यर्थ खरेदी का केली, हे पद्मनाभला कळेना. पण पुन्हा त्याच्या मनात आले, आई फार हिशेबी आहे. तिने हा खर्च उगाच केला नाही. त्यातून तिने अनेक गोष्टी साधल्या आहेत. मिसेस सोमणांच्या बरोबर हिंडणे, त्यांच्या सहवासात वावरणे, याला एक महत्त्व होते. मिसेस सोमणांच्या बरोबरीने आपणही खर्च करू शकतो हे त्यांना दाखवून देणे हे आईला तिच्या सोशल स्टेटसच्या दृष्टीने आवश्यक होते आणि मिसेस सोमणांकडून ज्या चार स्कँडल्स ऐकायला मिळाल्या असतील त्यांचा वापर आई खुबीने करणार याबद्दलही त्याला शंका नव्हती.

रात्री आठ–साडेआठला नयना आली. ती खूप कंटाळून, बोअर होऊन येईल असे पद्मनाभला वाटले होते; पण त्या मानाने नयना त्याला बरीच खुषीत दिसली. अंजनाच्या पार्टीला सुप्रसिद्ध शहा भगिनी आल्या होत्या. मुंबईच्या कला वर्तुळात त्यांना मोठा मान होता. त्यांच्या मदतीने प्रायोगिक रंगभूमीवर नयनाला काम करता येण्याची शक्यता निर्माण झाली होती. शहा भगिनींचा परिचय ही नयनाच्या दृष्टीने आजच्या पार्टीची फलश्रुती होती. ती पद्मनाभला त्याबद्दल उत्साहाने सांगू लागली. रंगभूमीवर काम करावे ही तिची आयुष्यातली मोठी महत्त्वांकाक्षा होती. प्रेमलाबाईंनी काही वेळ तिची बडबड ऐकून घेतली आणि मग त्या म्हणाल्या,

'हे असलं काही ठरवायच्या आधी तू तुझ्या पपांना विचारून त्यांची परवानगी घे हं नयना. मला नाही वाटत त्यांना हे असलं आवडेल म्हणून!'

'अग पण आई, आता गुजराती रंगभूमीवर गाजणारी जी प्रसिद्ध नटी आहे ना मेघा, तिची नाटकं पपा आवर्जून बघतात, माहीत आहे तुला? मेघा या शहा

सिस्टर्सचीच लांबची नातेवाईक आहे.' नयना हसत हसत सांगू लागली.

प्रेमलाबाईचा चेहरा पडला. पपांच्या जीवनातले हे लाजिरवाणे गुपित आपल्या मुलांना कळू नये अशी त्यांची इच्छा होती. पण नयनाला ते आज अशा भाबड्या पद्धतीने समजले होते. पद्मनाभ चमकला. त्याला हॉटेलमधून बाहेर पडणारे पपा दिसले. त्यांच्याबरोबरची ती विचित्र फॅशनेबल बाई त्याला आठवली. तीच तर ही गुजराती नटी नव्हती?

त्यानंतरच दोन तास मग नेहमीसारखेच गडबडीत गेले. रात्री दहाच्या सुमाराला पपा घरी आले. दुपारचा बिझिनेस डील उत्तम रीतीने पार पडल्यामुळे ते विलक्षण आनंदात होते. घरी येताच त्यांनी नयनाचे केस ओढले. प्रेमलाबाईंच्या खांद्यावर चापट मारली. आपल्याला रात्री जेवायचे नसल्याचे त्यांनी जाहीर केले आणि मग आपला आवडता चिरूट ओढीत ते बाहेरच्या कोचावर तृप्तपणे बसले.

रात्री बहुतेक कुणालाच जेवायचे नव्हते. नयना रेडिओ ऐकत होती. प्रेमलाबाई मिसेस सोमणांबरोबर झालेल्या गप्पा पतीला ऐकवीत होत्या. पद्मनाभ विमनस्कपणे जवळ बसून 'टाइम्स' चा नवा अंक चाळत होता. थोड्या वेळाने प्रेमलाबाई स्वयंपाकाच्या बाईंना उद्याच्या सूचना देण्यासाठी आत गेल्या तेव्हा पपा पद्मनाभकडे वळून त्याला म्हणाले,

'पद्मनाभ, एक चांगली संधी चालून आली आहे. मेहता म्हणत होते, 'आमची अंजना तुमच्या मुलाला करून घेता का?' तुला माहीत आहे ना ती? क्वाईट ए स्मार्ट गर्ल. बघ जमलं तर. आमच्या बिझिनेसमधला तिसरा पार्टनर लगेच करून घेऊ तुला-'

वडिलांनी अकस्मात केलेल्या या प्रस्तावामुळे पद्मनाभ दचकला. स्तंभित झाला. काय बोलावे हेच त्याला कळेना.

पपा पुन्हा त्याला म्हणाले,

'घाई नाही, विचार कर. वेळ घे; पण आलेली संधी सोडू नकोस. बाबा रे, संधी आयुष्यात एकदाच दार ठोठावते. तिचा फायदा घ्यायला हवा माणसानं. मी कशा परिस्थितीतून वर आलो, काय काय धडपड करावी लागली मला. तुला कल्पना नाही. त्या मानानं तुम्ही मुलं भाग्यशाली आहात. बघ विचार कर, ठरव अन् मग काय ते मला सांग–'

पद्मनाभ पपांच्या चेहऱ्याकडे बघत राहिला. उंच कपाळ, सरळ नाक, करारी जबडा, आग्रही हनुवटी आणि धूर्त हिशेबी डोळे. अंगावरच्या उंची सुटापासून तो हातातल्या भारी चिरूटापर्यंत प्रत्येक गोष्ट त्यांच्या यशाची साक्ष पटवत होती. परिस्थितीवर मात करणारा पुरुषोत्तम, यशस्वी बिझिनेसमन.

पद्मनाभला त्या क्षणी आपण या घरात कोण आहोत तेच कळेना. ते घर, ती

माणसे, तो वैभवसंपन्न परिसर- सारे सारे विलक्षण परके असल्यासारखे त्याला वाटू लागले. तोंडातल्या तोंडात काहीसे पुटपुटत तो तिथून निघाला आणि आपल्या शय्यागृहात आला. त्याला अतिशय थकल्यासारखे वाटत होते. या घरात तो एकटा होता. वेगळा होता- परका, अगदी परका होता.

त्याने श्रांतपणे बिछान्यावर अंग टाकले. डोळे मिटून घेतले. बऱ्याच वेळाने गालाला होणारा उशीचा ओला स्पर्श त्याला जाणवला.

ते आपल्याच डोळ्यांतले पाणी आहे हे कळायलाही त्याला फार वेळ लागला. ∎

**

९. थोरली

**

या आडगावी मी आले त्याला आता दोन दिवस लोटून गेले होते. कालचा इथल्या वाचनालयातल्या माझ्या भाषणाचा कार्यक्रम उत्तम झाला होता. मी ज्यांच्याकडे उतरले होते त्यांचा आग्रह, मी आणखी दोन दिवस राहावे असा होता. मलाही इथला मुक्काम बरा वाटत होता. शहरातली रोजची ठरीव कामे, येणाऱ्या माणसांची वर्दळ, वेळीअवेळी वाजणारी फोनची घंटा या साऱ्या व्यापातून कधी नव्हे ती सुटका झाली होती. हे रिकामपण किती हवेहवेसे होते!

म्हणूनच त्या दिवशी सकाळचा दुसरा चहा घेताना मी अगदी खुषीत होते. मी ज्यांच्याकडे उतरले होते ते डॉक्टर, त्यांची पत्नी, त्यांची दोन चुणचुणीत मुले ही सर्वच मंडळी आतिथ्यशील, बोलकी, हौशी होती. त्यांच्याशी गप्पा मारीत, खिडक्यांतून येणाऱ्या सकाळच्या कोवळ्या पिवळ्या उन्हात चाललेले निवांत चहापान हा माझ्या दृष्टीने एक दुर्मिळ व सुखकारक असा अनुभव होता. चहाइतकीच त्या त्या अनुभवाची चवही मी चाखत होते.

तितक्यात नोकराने बाहेर माझ्याकडे कुणी आल्याची वर्दी आणली. जराशी नाराज झाले. कपात उरलेला चहा एका घोटात संपवून मी बाहेर दिवाणखान्यात आले. तिथे एका खुर्चीवर अंगात शाळेचा गणवेष घातलेला पट्टेवाला बसला होता. मला पाहून तो चट्कन उठून उभा राहिला आणि त्याने घडी केलेली एक चिठ्ठी माझ्या हातात दिली.

मी चिठ्ठी उघडून वाचली. मजकूर अवघा दोन-तीन ओळींचा होता.

'आज शाळेमध्ये तुमच्या अध्यक्षतेखाली मुलींचा एक छोटासा कार्यक्रम ठेवला आहे. नंतर तुमचे भाषण. नक्की यावे.

– तुमची कुसुम'

मी विलक्षण बुचकळ्यात पडले. ही कुसुम कोण? चिठ्ठीवरून कुणीतरी शाळच्या मुख्याध्यापिका दिसताहेत; पण मला न विचारतासवरता कार्यक्रम ठरवूनही टाकला? आधी माझी संमती घेण्याचीही आवश्यकता वाटली नाही? मी मनातून नाही म्हटले तरी जराशी अप्रसन्न झाले. चिठ्ठीवरची नजर उचलून प्रश्नार्थक दृष्टीने मी पट्टेवाल्याकडे बघितले. माझ्या मनातली खळबळ त्याला जाणवली असावी. अदबीने हसून तो म्हणाला, 'फार वेळ नाही जायचा आपला. बाईंनी अगदी अगत्याने यायला सांगितले आहे. संध्याकाळी चारच्या सुमाराला गाडी घेऊन आमचे शिक्षक येतील. बाई स्वत: येऊ शकत नाहीत. त्या कार्यक्रमाच्या ठिकाणी भेटतील आपल्याला.'

त्याच्या स्वरात आर्जव होते. आग्रह होता. माझी अप्रसन्नता त्याने ओळखली होती. एकदा वाटले, मी काय म्हणून जावे? सरळ नकार दिला तर? पण आता माझे कुतूहल तीव्र झाले होते. ही जी कुणी कुसुम होती, तिला बघण्याची उत्सुकता माझ्या मनात निर्माण झाली होती. इतक्या जवळिकीने, हक्काने निमंत्रण देते आहे, मला न विचारता आधीच कार्यक्रम ठरवून टाकते आहे, त्या अर्थी बरीच ओळखीची असावी. पण कोण? माझ्या ओळखीच्या 'कुसुम' नावाच्या सगळ्या जणींची मी मनातल्या मनात आठवण करून पाहिली. पण त्यांत एखाद्या शाळेची मुख्याध्यापिका असलेली कुणीच मला आठवेना.

शेवटी मी स्वत:शीच निर्णय घेऊन टाकला आणि पट्टेवाल्याला म्हटले, 'ठीक आहे. जा तुम्ही. संध्याकाळी चारच्या सुमाराला मी तयार राहते.'

मला नमस्कार करून तो निघून गेला. मी आत गेले. माझी यजमानीण आता स्वयंपाकाला लागली होती. मी तिला विचारले, 'इथल्या मुलींच्या शाळेच्या मुख्याध्यापिका कोण आहेत? त्यांनी शाळेत कार्यक्रम ठेवला आहे आज संध्याकाळी.'

'कुसुमताई असणार त्या. कुसुमताई जाधव.'

कुसुमताई जाधव. मी पुन्हा खूप खोलवर आठवण करून पाहिली. मात्र हे नावही ओळखीचे वाटेना. बराच वेळ मी भूतकाळात भ्रमण करीत राहिले. पण काही थांगपत्ता लागेना. मला त्रासल्यासारखे झाले. हा कार्यक्रम घेतलाच नसता तर बरे झाले असते असेही वाटू लागले, पण नंतर मला एकदम हसू आले. आता संध्याकाळी तर कार्यक्रम होणार होता. त्या वेळी या ज्या कुणी कुसुमताई आहेत त्या मला भेटणारच होत्या. मग तोपर्यंत मनाला उगीच त्रास करून घेण्यात काय अर्थ होता? भेटतील तेव्हा आपली ओळख पटेलच असे म्हणून मी माझीच तात्पुरती समजूत घातली.

संध्याकाळी चार वाजता मी शाळेच्या प्रवेशद्वारापाशी जाऊन पोहोचले. दाराशीच एक प्रौढ मध्यमवयीन बाई उभ्या होत्या. नऊवारी पांढरेशुभ्र पातळ व पोलके,

डोळ्यांना चष्मा, चेहरा स्थूल, जरासा ओघळलेला, शरीरही स्थूलपणाकडे झुकणारे. त्यांचे ओठ मात्र सुरेख होते. त्यांवर ओळखीचे, मनात एकदम जवळीक निर्माण करणारे हसू होते. मला बघताच बाई पुढे आल्या. माझे दोन्ही हात हातांत घट्ट धरून, जिव्हाळ्याने हसत त्या म्हणाल्या,

'आलात? छान झालं. चला आता ऑफिसमध्ये. कार्यक्रमाची तयारी झालीच आहे. शिक्षक आपल्याला बोलवायला आले की, जाऊ या आपण हॉलमध्ये. तोवर ऑफिसात थांबू या.'

बाईंनी माझा हात हातांतून सोडला नाही. त्यांच्या बोलण्यात, हसण्यात, स्पर्शात खूप जवळच्या, ओळखीच्या खुणा होत्या. मला मात्र अजूनही त्यांची ओळख पटली नव्हती. तसे त्यांना सांगणेही मनाला प्रशस्त वाटत नव्हते. मी मुकाट्याने त्यांच्याबरोबर त्यांच्या ऑफिसात गेले. बाईंनी मला कोचावर आरामशीर बसवले. पंखा सुरू केला. मग त्या मला म्हणाल्या,

'चहा घेणार थोडासा?'

मी मान हलवून होकार दिला. त्यांनी टेबलावरची घंटी वाजवली. आत आलेल्या शिपायाला चहा-बिस्किटे आणायला सांगितले. पाच मिनिटांत चहा आला. स्वच्छ किटली. नाजुक कपबशा. काचेच्या डिशमध्ये भारी बिस्किटे. इतक्या लहानशा गावाशी ही सर्व टापटीप जरा विसंगतच वाटत होती. मी ऑफिसात नजर फिरवली. टेबलावर फाइली व्यवस्थित रचलेल्या होत्या. सर्व सामान अत्यंत नीटनेटके ठेवलेले होते. भिंतीवर कुठे जळमटे नव्हती की कुठे इवलासा शाईचा डाग देखील नव्हता. कोपऱ्यातल्या छोट्या स्टुलावरच्या उंच फुलदाणीत ताजे टवटवीत झेंडू कुशलतेने भरले होते. सर्वत्र प्रसन्नता आणि स्वच्छता जाणवत होती.

माझ्या निरीक्षणात व्यत्यय येणार नाही, अशा बेताने बाईंनी माझ्या कपात चहा ओतता ओतता अगदी थोडक्यात आजच्या कार्यक्रमाची रूपरेषा मला सांगितली. कार्यक्रम मोजकाच होता. एक लहानसा नाट्यप्रवेश. एक-दोन भाषणे. एक-दोन गाणी. एक विद्यार्थिनी सतार वाजवणार होती. शाळेच्या कला-संस्कृती मंडळाचा तो कार्यक्रम होता. नंतर माझे समारोपाचे भाषण. सारे काही रेखीव, बंदिस्त, योजनाबद्ध होते. बाई शाळा किती चांगल्या चालवत असल्या पाहिजेत याची मला त्या कार्यक्रमाच्या रूपरेषेवरून साक्ष पटली. माझा चहा घेऊन होतो न होतो, तोच शाळेतले एक शिक्षक आम्हांला हॉलमध्ये बोलावण्यासाठी आले.

कार्यक्रम सुरळीतपणे पार पडला. बघता बघता हॉल रिकामा झाला. मी अनिश्चितपणे तिथेच घोटाळत होते. बाईंनी मुलींना, पाहुण्यांना निरोप दिला. मग त्या लगबगीने माझ्याकडे आल्या आणि म्हणाल्या,

'इतका त्रास दिला तसा आणखी थोडा त्रास देणार आहे. माझी जागा शाळेच्या

आवारातच पण जरा दूर आहे. घरी स्वयंपाकीणबाई आहेत. त्यांना जेवणाच्या सूचना देऊन आले आहे. आता घरी चलायचं. दोन घास माझ्या पंक्तीला खायचे. शाळेची गाडी रात्री दहापर्यंत तुम्हाला तुमच्या मुक्कामाच्या जागी पोहोचवून देईल. नाही म्हणायचं नाही बरं का. मी मुळीच ऐकायची नाही.'

'पण घरी...घरी वाट बघतील.' मी अवघडून म्हणाले.

'नाही बघणार.' बाई हसून म्हणाल्या, 'खरं म्हणजे, तुम्हाला न विचारताच मी मघाशी तिकडे तसा निरोपही पाठवून दिलाय.'

आता मात्र बाईंचा मला राग आल्यावाचून राहिला नाही. त्या वाजवीपेक्षा जास्त अधिकार घेताहेत असे माझ्या मनात आले. पण का कोण जाणे, त्यांची ओळख पटवून घेण्याची, त्यांच्याशी मनमोकळेपणाने बोलण्याची इच्छाही कुठेतरी मनात होतीच. शिवाय त्यांच्या आमंत्रणातले अगत्य मला आतून जाणवत होते. माझी नाराजी झटकन् चेहऱ्यावरून पुसून टाकीत मी हसत म्हटले,

'बाई, तुम्ही मला बोलायला जागाच ठेवली नाहीत मुळी. चला, येते मी तुमच्या बरोबर.'

'आता कशा छान बोललात?' बाई प्रसन्न होऊन म्हणाल्या आणि मग आम्ही दोघी त्यांच्या जागेकडे निघालो. शाळेचे आवार खूप मोठे, प्रशस्त होते. सुंदर बाग होती. आंबा, चिंच, गुलमोहर अशी झाडे होती. एका अरुंद पण स्वच्छ पायवाटेने आम्ही चालू लागलो. संध्याकाळच्या सावल्या दाटल्या होत्या. वातावरण गूढ, रहस्यमय झाले होते. पानाफुलांचे वास दरवळत होते. कुठेतरी प्राजक्त बहरला असावा. त्याचा ओळखीचा सुगंध आला आणि अचानक मनात खळबळ सुरू झाली. त्या सुगंधाबरोबर ओळखीचे एक जुने जग माझ्याभोवती साकार होत आहे असे वाटू लागले. पण अजूनही नीटसे काही उमगत नव्हते.

बाईंच्या दोन खोल्यांच्या जागेत पाऊल टाकले आणि मन पुन्हा प्रसन्न झाले. शाळेत, शाळेच्या ऑफिसात दिसली तीच टापटीप, स्वच्छता इथेही मला जाणवली. टेबल, खुर्ची, फळ्यांवर रांगेने लावलेली पुस्तके, खाली घातलेली गादी- तक्क्याची पांढरी शुभ्र बैठक, बाजूला लहानशा खोलीच्या अर्धवट उघड्या दारातून दिसणारी कॉट, या दोन खोल्यांमध्ये लहानसा चौक होता आणि त्याला लागूनच पाठीमागे स्वयंपाकघर, न्हाणीघर होते.

घरी गेल्यावर बाईंनी बैठकीवर मला बसवले. मग त्या स्वत: माझ्या शेजारी बसल्या. इतका वेळ त्यांच्या चेहऱ्यावर चढवलेला मुख्याध्यापिकेचा मुखवटा जणू अचानक दूर झाला. दोन्ही हात माझ्या गळ्यात टाकीत गहिवरलेल्या स्वरात त्या म्हणाल्या,

'ओळखलं नाहीस मला? खरंच ओळखलं नाहीस?'

मी थक्क होऊन गेले. चाळिशीच्या घरातली ही प्रौढ, वयस्कर, अपरिचित स्त्री इतक्या जवळिकीने बोलते, गळ्यात हात टाकते. खरेच ही आहे तरी कोण?

बाईंनी हिरमुसलेपणाने हात माझ्या गळ्यातून काढून घेतले. काहीशा खिन्न स्वरात त्या म्हणाल्या,

'कुठून ओळखशील तू म्हणा! पंचवीस-सव्वीस वर्षांपूर्वीच्या गोष्टी तुला तरी कशा आठवणार? मी- मी बाबी. बाबीताई.'

बाबीताई! तो शब्द बाईंनी उच्चारला मात्र. काळोखात चुकून विजेच्या बटनावर बोट पडावे आणि क्षणार्धात लख्ख प्रकाशाने खोली भरून जावी तशी माझ्या मनाची अवस्था झाली. भराभर मला सारे आठवू लागले. गावाकडचे माझे आजोळ. आजोबांनी बांधलेले, भाड्याने दिलेले कोरे करकरीत दुमजली घर. त्यातले जाधव नावाचे बिऱ्हाडकरू आणि त्यांची थोरली मुलगी बाबी. सावळी, तल्लख, तजेलदार बाबी.

मला विलक्षण अपराध्यासारखे वाटले. का कोण जाणे, माझ्या डोळ्यांत एकदम पाणी आले. बाईंचा हात घट्ट पकडीत मी म्हणाले,

'आता चांगली ओळख पटली. पण बाबीताई, मी आधी तुम्हाला खरंच ओळखलं नव्हतं हं. माफ करा मला.'

'कशी ओळख पटायची ग? फार दूर गेले ते दिवस. पण हे बघ, मला 'अहो-जाहो' म्हणू नकोस, मुळीच म्हणू नकोस. मी कशी तुला अगं-जागं म्हणते आहे? तूही बाबीच म्हण ना मला. खरंच म्हण.'

मला हसू आले. जुना चित्रपट माझ्या डोळ्यांसमोरून सरकू लागला. आजोळचे दिवस आठवू लागले. बाबी होती माझ्यापेक्षा पाचएक वर्षांनीच मोठी, पण तेव्हा देखील आम्ही तिला 'अहो जाहो' म्हणत असू. काय करणार? तिचे आई-वडील, भावंडे सारीच तिला 'अहो बाबीताई' म्हणायची. मग आम्ही तरी तिला एकेरी नावाने कशी हाक मारणार?

मी ती जुनी आठवण बाईंना दिली आणि त्यांना म्हटले,

'किती प्रयत्न केला तरी अगं-जागं येणारच नाही माझ्या तोंडात. तुम्हाला आठवतं ना बाबीताई, तुमचे आई-वडील, तुमची भावंडं, सारीजणं तुम्हाला 'आहो-जाहो' म्हणायची.'

'हो, म्हणायची खरी.' बाई खिन्नपणे म्हणाल्या. त्यांच्या स्वरात एक चमत्कारिक विषाद दाटला होता. क्षणभर त्या जुन्या आठवणींत हरवून गेल्यासारख्या दिसल्या. त्यांना पुन्हा भानावर आणावे म्हणून मी म्हटले,

'तुमच्या घरची काय हालहवाल आहे? मधल्या हकीगती माहीतच नाहीत मला. म्हणून विचारले.'

'हालहवाल काय असायची आहे?' बाई म्हणाल्या, 'आई दहा वर्षांमागे गेली. बाबा नंतर वर्षभरातच गेले. सुभाष, अमृत, विमल, सुधा सारीच भावंडं लहान होती. घरात मोठी काय ती मीच. मी घर सावरलं. सर्वांची शिक्षणं केली. सुभाष इंजिनियर झालाय. अमृत इकॉनॉमिक्सचा प्रोफेसर म्हणून तिकडे विदर्भात नोकरी करतोय. विमल अन् सुधा अभ्यासात नाही फार चमकल्या. जेमतेम मॅट्रिक झाल्या इतकंच. बरी स्थळं आली, दिली त्यांची लग्न करून. आता आपापल्या घरी सुखानं नांदताहेत.'

'अन् तुम्ही?'

'माझं काय?' बाई खिन्नपणे हसून म्हणाल्या, 'लहानपणापासून मी सर्वच बाबतीत हुशार होते ना? त्या हुशारीच्या जोरावर कुठं काही नडलंच नाही बघ. बी.ए. झाले. मग एम.ए. केलं. मग बी.टी. करून टाकलं. नोकरी तर बी.ए. व्हायच्या आधीपासून करीत होते. पुढं तेच करीत राहिले. पैशांची नड कधी संपलीच नाही. सरकारी स्कॉलर्शिपा मिळवून, शिकवण्या करून मी माझं शिक्षण केलं. गेली पाच वर्षं या गावी, या शाळेची मुख्याध्यापिका आहे. पगार भरपूर. राहायला स्वतंत्र जागा. स्वयंपाकीण, गडी, गावामध्ये बरा नावलौकिक मिळवून आहे. पाहिलंसच तू आज. झालं. आणखी काय लागतं माणसाला?मी खूप सुखी आहे बघ.'

आतून स्वयंपाकीणबाईंची हाक आली तेव्हा बाई भानावर आल्या. हसून त्या म्हणाल्या

'हे असं होतं बघ अलीकडे. बोलायला लागले की, दुसऱ्या गोष्टी विसरूनच जाते. थांब हं. आत जाऊन येते जरा. तू बैस इथंच.'

त्यांनी माझ्यापुढे वर्तमानपत्रे, मासिके टाकली आणि त्या चौक ओलांडून स्वयंपाकघरात गेल्या. पण मला वर्तमानपत्रांना, मासिकांना हात लावावासा वाटेना. माझे मन जुन्या दिवसांत भ्रमत होते. मला ते आजोबांचे घर आठवले. ती बिऱ्हाडकरू माणसे आठवली. ती बाबी आठवली. तेव्हाची बाबी हा घराचा केंद्रबिंदू होता. तल्लख, नाकीडोळी रेखीव, विजेसारख्या चपळ बाबीच्या मर्जीवर, तालावर सारे घर चालायचे. बाबीची आई माझ्या आजीकडे बसायला आली तरी घडीभरात म्हणे, 'जाते बाई, बाबीताई ओरडतील.' आजीने विचारावे, 'आज भाजी काय केली होती?' बाबीच्या आईने म्हणावे, 'बाबीताईंना कार्ली फार आवडतात ना? आज भरल्या कार्ल्यांची भाजी आणि भाकरी असा बेत होता.' बाबीच्या घरी तेव्हा 'किर्लोस्कर' मासिक यायचे. नव्या अंकासाठी मी अगदी टपून बसलेली असायची; पण जाधवांच्या घरी अंक मागायला गेले की बाबीचे वडील म्हणत, 'बाबीताईंनी अंक ठेवला असेल कुठे. बघ, त्यांना विचार आणि अंक ने हो.' अर्थात बाबीला

वाचनाची मुळीच आवड नसल्यामुळे अनेकदा वरचे वेष्टन न फाडलेला अंक मला जसाच्या तसा वाचायला मिळे हे वेगळे. बाबीची भावंडे आमच्या घरी खेळायला आली, तरी ती सतत धास्तावलेली असत. त्यांचा एक कान घराकडे असे. 'सुभाष, विमल' अशा बाबीच्या हाका आल्या की, मुले खेळ अर्धा टाकून घराकडे धाव घेत. असा बाबीचा घरात दरारा होता. मला आठवते, घरातले पैशाअडक्याचे व्यवहार, लग्नकार्यातले देणे–घेणे, घरी कुर्डया, पापड, शेवया करणे हे देखील बाबी ठरवायची. तिच्या त्या अप्रतिहत अधिकाराचा मला राग येई. मनातून सूक्ष्मसा मत्सर देखील वाटे. आम्हाला घरात अहोजाहो तर सोडाच, पण नीट नावाने देखील कुणी हाक मारायचे नाही. 'कारटे' हे प्रेमळ संबोधन सतत वाट्याला यायचे, आणि बाबीला चक्क घरात सगळे 'अहोजाहो' म्हणायचे. आम्हाला इतकेसे काही चुकले तर मार बसायचा आणि बाबीला तिचे आईवडील घाबरून, दबकून असायचे. मला वाटे, माझ्यापेक्षा जेमतेम पाच वर्षांनी मोठी ही मुलगी. हिला घरात एवढा मान कसा? मुख्य म्हणजे, 'अहो बाबीताई' या तिच्या मानाच्या पदवीचा मला भारीच हेवा वाटे.

बाई स्वयंपाकघरातून परत आल्या तेव्हा, माझ्या या जुन्या आठवणी सांगून मी म्हणाले, 'खरंच, तुम्हाला तुमच्या घरात 'अहोजाहो' कसे म्हणायचे हो सारे? मला त्याचा भारी मत्सर वाटायचा.'

'आणि मला-' बाई विषण्णपणे म्हणाल्या, 'मला तुमचा हेवा वाटायचा. हसू नकोस, पण खरंच सांगते, तुम्हा साऱ्या मुलींना घरच्या माणसांना भ्यावं लागे, मार खावा लागे. तेव्हा मनातून मी तुमचा मत्सर करायची. वाटायचं, कधीतरी एकदा आपल्या हातून काहीतरी फुटावं, तुटावं किंवा दुसरा काही अपराध घडावा आणि आईनं, 'कारटे, गधडे एवढी अक्कल नाही तुला?' असं म्हणून आपल्याला झोडपून काढावं. पण ते कधीच अनुभवाला आलं नाही माझ्या. खरं सांगू का? माझं बालपण जे एकदा थांबलं ते थांबलंच. मी मोठीच झाले मुळी. सारा वेळ पैसा नि देणंघेणं, स्वयंपाक नि पाणी भरणं, घराची देखरेख करणं नि मुलांवर लक्ष ठेवणं हेच माझं आयुष्य होऊन बसलं.'

बाई बांध फुटल्यासारख्या बोलत होत्या. मी स्तिमित होऊन ऐकत होते. आपले जुने गाव, जुन्या व्यथा त्या माझ्यापुढे उघड्या करीत होत्या आणि मी माझ्या जुन्या मैत्रिणीची नव्याने ओळख पटवून घेत होते. बाई क्षणभर थांबल्या अन् मग पुन्हा त्वेषाने, आवेशाने म्हणाल्या,

'मला घरी अहोजाहो म्हणत त्याचा तुम्हा साऱ्या मैत्रिणींना हेवा वाटायचा नाही? पण आता वाटतं, त्या 'अहोजाहो'नंच माझा घात केला. माझं बाळपण हिरावून घेतलं आणि प्रौढपणाचं ओझं माझ्या डोक्यावर लादलं. तुला खरं सांगू?

आयुष्यात कधी मला कुणी 'अग बाबी,' 'ए बाबी' असं म्हटलं नाही. पूर्वी घर, मग शाळा, कॉलेज, मग नोकरी. सगळीकडे 'अहो' आणि 'अहो'च. आईवडिलांनी माझ्यावर घर सोपवलं आणि मी एक लहान अल्लड मुलगी आहे हे ती दोघं सोयिस्करपणे विसरूनच गेली बघ. तीच विसरली, तर भावंडांना काय दोष द्यायचा? आता तर घरात मीच कर्तीसवरती. भावजयांची बाळंतपणं करते, बहिणींची माहेरपणं करते. 'अहो बाबीताई' अजून चालूच आहे बघ.'

– स्वयंपाकघरातून हाक आली तेव्हा आम्ही जेवायला उठलो. जेवण खरोखरच रुचकर होते; पण बाईंच्या तोंडून ऐकलेल्या हकीगतीमुळे माझ्या तोंडाची रुचीच गेली होती. त्यांचा तो एकाकी संसार मला बघवत नव्हता आणि त्यांनी गेल्या चाळीस वर्षांत जे सोसले असेल, त्याची कल्पना करतानाही माझे अंग भीतीने कापत होते.

जेवण झाल्यावर आम्ही बाहेरच्या खोलीत आलो. घड्याळात साडेनवाचा ठोका पडला. थोड्याच वेळात शाळेची गाडी येणार होती. मग मी माझ्या मुक्कामाच्या ठिकाणी जाणार होते. बाईची भेट नंतर कधी अन् कशी होणार होती कुणास ठाऊक!

बाई वेलदोडे सोलीत होत्या. अचानक त्यांचा हात थांबला. माझ्याजवळ सरकल्या. खाजगी कुजबुजत्या स्वरात मला म्हणाल्या, 'विचारू नयेसं वाटतंय, पण एक तुला विचारते बघ. तू लेखिका आहेस. तुम्हा लेखकमंडळींना मानसशास्त्र कळतं म्हणे. मला एक सांग... प्रौढ बायकांच्या कुणी प्रेमात पडत नाही का ग? चाळिशी उलटल्यानंतर सुद्धा लग्न होतात की नाही ग? असं घडणारच नाही असं तर नव्हे ना?'

मी चमकून वर पाहिले. बाईंचा चेहरा माझ्या अगदी जवळ आला होता. त्यांच्या जाड चष्म्यामागच्या डोळ्यांत विलक्षण भूक तरळत होती. ओठ कसल्याशा अपेक्षेने अर्धवट उघडे होते. सर्व चेहऱ्यावर लहान मुलाचा निर्व्याज, विश्वासू भाव होता. मी त्यांच्याकडे क्षणात नीट बघून घेतले. स्थूल, ओघळलेला चेहरा, केसांत डोकावणारे रुपेरी तंतू, प्रौढतेकडे झुकलेला देह, कोरडी त्वचा– सारे मला दिसले, जाणवले, आणि माझे मन विलक्षण अनुकंपेने भरून गेले. बाईंचा हात चटकन हाती घेऊन स्नेहभराने तो दाबीत म्हणाले,

'न घडायला काय झालंय? अजूनही तुमच्या आयुष्यात कुणी येईल. अजूनही प्रेम जमेल. लग्न होईल. प्रेम हे वयावर का अवलंबून असतं? ती एक मानसिक ओढ आहे. तो जन्मजन्मांतरीचा जिव्हाळा आहे...'

मी किती पुस्तकी बोलत होते ते माझे मलाच जाणवत होते. पण माझे बोलणे ऐकताना बाईंचा चेहरा मात्र आशेने उजळत गेला.त्यांच्या प्रौढ मुद्रेतून अकस्मात ती

लहानपणची सुरेख, तल्लख, तजेलदार बाबी डोकावली. त्या छान हसल्या आणि म्हणाल्या...

काहीच म्हणाल्या नाहीत. एखाद्या तरुण मुलीसारखा त्यांचा चेहरा लाल झाला होता. माझा हात घट्ट पकडून केवळ स्पर्शाच्या द्वाराच त्यांनी आपला आनंद, कृतज्ञता व्यक्त केली. थोड्या वेळाने शाळेची गाडी दाराशी आली. मी जायला निघाले. बाई मला पोहोचवायला गाडीपर्यंत आल्या. पुन्हा एकदा त्यांनी माझ्या कानाशी तोंड आणून मला विचारले,

'खरं सांग, मी आत्ता विचारलं तुला, तसं व्हायला काय हरकत आहे, म्हणते मी?'

मी नुसती हसून मान डोलावली. गाडीत बसले. दार लावून घेतले. गाडी गावाच्या दिशेने धावू लागली आणि अकस्मात माझ्याही मनात आले, 'खरंच, काय हरकत आहे?'

■

**

१०. सावल्या

**

घराच्या दगडी पायऱ्यांवर तात्यांची जाड कोल्हापुरी पायतणे वाजली, तेव्हा हातातले काम बाजूला टाकून जिजी स्वयंपाकघरातून लगबगीने बाहेर आली. ती येईतो तात्या घराच्या पायऱ्या चढून बाहेरच्या सोप्यात आले होते. बाहेर वैशाखातले ऐन दुपारचे ऊन्ह आभाळातून ओतत होते. त्या रणरणत्या उन्हातून आतल्या थंड सावलीला येताच तात्यांच्या डोळ्यांपुढे अंधारी आल्यासारखी झाली. दोन क्षण त्यांना काही धड दिसेना. आधारासाठी ते जवळच्या भिंतीला टेकले. जिजीने त्यांना त्या अवस्थेत पाहिले मात्र, तिच्या काळजाचा एक ठोका चुकला. तिने पुढे होऊन तात्यांचा हात धरला. आधार देत त्यांना सोप्यावरच्या गादीवर आणून तक्क्याला टेकून बसवले आणि ती स्वयंपाकघरातून पाणी आणण्यासाठी धावली. तांब्याचा लखलखीत गडवा पाण्याने भरून घेऊन तो तिनं तात्यांच्या हाती आणून दिला.

एव्हाना तात्या काहीसे सावरले होते. जिजीने गडवा त्यांच्या हातात दिला तेव्हा, गडव्यातल्या पाण्याआधी गडव्याच्या थंडगार निर्मळ स्पर्शानेच त्यांचा निम्मा शीणभाग ओसरला. डोक्यावरची काळी टोपी काढून त्यानी ती बाजूला टाकली. कपाळावर टोपीच्या कडेचा लालसर कच उमटला होता. माथ्यावरचे टक्कल, मानेवरचे थोडेसे करडे केस घामाने भिजून गेले होते. मूळच्या गोऱ्या, पण आता वयोमानाने काळवंडलेल्या कपाळावर, चेहऱ्यावर घामाची कणी फुटली होती आणि डोळे रक्ताळल्यासारखे लाल दिसत होते. टोपी काढल्यावर तात्यांनी गडव्यातले पाणी डाव्या हातावर ओतून घेतले आणि जरा बाजूला तोंड वळवून ते पाणी त्यांनी चपचपा टकलावर, तोंडावर, मानेवर मारले. गार पाण्याच्या स्पर्शाने त्यांना थंडोसा आला. उन्हाने तळावलेल्या डोळ्यांना आतून थंडगार वाटले. जिजीने खुंटीवरचा पंचा ओढून तो त्यांच्या हाती दिला. तात्यांनी मस्तक, तोंड, गळा, मान पंच्याने

पुसून काढली आणि मग त्यानी गडवा उचलून तोंडाला लावला. पाणी पिताना घटघट असा आवाज करीत त्यांनी गडवा बाजूला ठेवला आणि इतक्या वेळात आता प्रथमच जिजीकडे पाहून ते किंचित हसले.

तात्या हसले, पण जिजीला हसू आले नाही. ती तशीच तात्यांकडे रोखून बघत राहिली. तिच्या नजरेत राग, चीड, करुणा, सहानुभूती अशा अनेक भावनांचे मिश्रण झाले होते. तात्यांना झणझणीत असे काही तरी बोलण्यासाठी तिची जीभ शिवशिवत होती, पण तिने प्रयत्नपूर्वक मन आवरले आणि शांतपणे ती म्हणाली,

'बाहेर ऊन्ह मरणाचं पडलंय. गेला होता तरी कुठं या असल्या उन्हात?'

तात्यांचा चेहरा ओशाळवाण्या हसण्याने विचित्र दिसू लागला. काय बोलावे हे त्याना कळेना. मग बळेच आणखी हसून ते म्हणाले,

'पोष्टात गेलो होतो.'

'पण एवढ्या उन्हात पोष्टात जाण्यावाचून अडलंच काय होतं म्हणते मी?' जिजी रागाने म्हणाली, 'असा काय महत्त्वाचा पत्रव्यवहार खोळंबला होता? आणि असतं तसंच महत्त्वाचं पत्र तरी दुपारपर्यंत ते पोष्टमननं घरी आणून दिलंच असतं ना?'

'पत्र आपलं नव्हतं ग यायचं!' तात्या म्हणाले, 'अग, नानांच्या सुभद्रेला परवा पुण्याची मंडळी बघायला नव्हती का आली? गेल्यावर चार-एक दिवसांत आपला काय तो निर्णय कळवतो असं म्हटलं होतं त्यांनी. ते गेल्याला बघ आता गुरुवार, शुक्रवार, शनिवार, रविवार नि आज सोमवार, हो, पाच दिवस झाले. त्यांचं काही पत्र आलं असलं तर बघावं, आणि सुभी त्यांना पसंत पडली असेल तर, नानांकडे जाऊन त्यांना ती आनंदाची बातमी द्यावी म्हणून पोष्टात गेलो होतो.'

'मग? कळलं काही? आलं पत्र? केली त्या लोकांनी सुभीला पसंत?' जिजीने उपरोधाने विचारले.

'कुठलं काय ग? नानाचं काही टपालच नव्हतं आज. मला वाटतं, त्यांना पोर पसंत नसावी. कार्टीचं बाशिंगबळच खडतर; दुसरं काय?' तात्या हताशपणे म्हणाले आणि त्यानी पुन्हा एकवार गळ्याचा घाम पुसला.

जिजी तात्यांकडे टक लावून बघत राहिली. त्यांचे मळकट धोतर, मळकट सदरा, कपाळावर पडलेला टोपीचा लालसर कच, थकलेला देह आणि चेहऱ्यावर दाटलेला शीण पाहून एकदम तिला गलबलून आले. तिला खूप काही बोलावेसे वाटले, पण ही बोलण्याची वेळ नव्हती. बोलून काही उपयोगही नव्हता. मग ती इतकेच म्हणाली,

'नसत्या उचापती करू नका, लष्करच्या भाकरी भाजू नका म्हणून पन्नास वेळा सांगितलं तरी ऐकत नाही. हे वय का आता भर उन्हात असे हेलपाटे घालायचं? कुठले कोण भाऊ नि कुठले पुतणे नि कुठल्या पुतण्या? नानांच्या घरात दहा

माणसं आहेत. दोन तरणेताठे मुलगे आहेत. त्यांना नाही आच कशाची नि तुम्ही कशाला शिणता उगाच?'

'अग पण–' तात्या बोलू लागले.

'पुरे. काही सांगू नका नि काही बोलू नका. आता जेवायला चला आधी. रोज असा उशीर करता नि मग मला त्याचा त्रास होतो.'

तात्यांचा चेहरा एकदम अपराधी दिसू लागला. जमिनीला हाताचा रेटा देऊन लगबगीने उठत ते म्हणाले,

'खरंच. ते माझ्या लक्षात आलं नाही बरं का. चल घे ताट वाढून. हा आलोच मी.'

जेवायच्या वेळी रोजच्याप्रमाणेच तात्यांनी एकदम दोघांनी जेवायला बसायचा हट्ट धरला आणि जिजीनेही नको म्हणत त्यांच्याबरोबर आपलेही ताट वाढून घेतले. मग साठी उलटून गेलेली ती दोघे नवराबायको एकमेकांना आग्रह करीत शांतपणे जेवू लागली. जेवणे उरकल्यावर तात्या रोजच्याप्रमाणेच जिजीला म्हणाले, 'तुझी झाकापाक होईपर्यंत मी इथंच बसून राहतो' आणि जिजीनेही रोजच्याप्रमाणेच, 'तुम्ही बाहेर जाऊन निवांतपणे पानबीन खा. तुम्ही इथं असलात की, मला काम उरकत नाही.' असे म्हणून, हसून, त्याना बाहेर सोप्यावर धाडून दिले.

तात्या गेल्यावर जिजीने भराभर काम आवरले. भांड्यांतून थोडे थोडे राहिलेले वरण, भाजी, चटणी काढून कपाटात ठेवून दिली. दही झाकून ठेवले. तापलेल्या दुधावरची साय काढून तिला विरजण लावले. चुलीला पोतेरे घातले आणि स्वयंपाकघर शेणाने सारवून घेतले. जिजीचे काम स्वच्छ, नीटनेटके असे. तिला इतकीसुद्धा अव्यवस्था, घाण, चालढकल खपत नसे. पण अलीकडे तिच्याने एवढे श्रम होत नसत. दोन माणसांचे काम ते किती असणार? पण तेवढे उरकतानाही तिला शीण येई. खाली वाकताना, उठताना कंबर दुखे. पाठीला रग लागल्यासारखे होई. तरीही ती काम रेटायची. आता स्वयंपाकघर सारवताना तिच्या मनात आले, थोरला आत्माराम जगता-वाचता तर, आज तो पस्तीस वर्षांचा असता. घरात लेकुरवाळी सून असती. मग आपण अशी झाकापाक केली असती का? छे. सुनेने राजा–राणीप्रमाणे आपणा दोघांना एका पंक्तीला जेवायला वाढले असते, आणि जेवण झाल्यावर आपण तात्यांना म्हणालो त्या शब्दांत ती आपल्याला म्हणाली असती, 'आपण बाहेर जाऊन निवांतपणानं बसावं. वाटल्यास माजघरात जरा आडवं व्हावं. मी उरकते मागलं सगळं' मग आपण दोघेजण बाहेर सोप्यावर जाऊन बसलो असतो; पण निवांतपणा मात्र आपल्याला मिळाला नसता. चार नातवंडं घरात असती. त्यांनी दंगा मांडला असता. सारा सोपा त्यांच्या हसण्याखेळण्याने भरून गेला असता. कदाचित नानांच्या सुभीच्याच वयाची आपली लग्नाची नात असती. सुभीसारखी तिला कुणी नापसंत केली नसती आणि तात्या पोष्टात जाऊन

आले असते ते आपल्या नातीला पसंत केल्याची शुभवार्ता देणारे पत्र घेऊन आले असते. मग त्यांनी जवळ घेऊन तिची थट्टा करीत ती वार्ता प्रथम तिला सांगितली असती. घरात आनंदी आनंद झाला असता, आपण सूनबाईला म्हणलो असतो, 'आता कामाला कंबर बांध ग बाई, तुझ्या लेकीचं लग्न उभं राहायचं आहे म्हटलं!'

एका घटकेत जिजीचे मन जणू ब्रह्माण्डाला फेरा घालून परत आले. सारे कल्पनेचे खेळ. पण त्या खेळात ती किती रमून गेली होती. आता त्या चित्रातला प्रत्येक रंग, प्रत्येक रेषा तिला अगदी खरीखुरी वाटली होती. आता ती भानावर आली. गेल्या तीस–पस्तीस वर्षांतला आपला संसार तिच्या डोळ्यांपुढे क्षणार्धात फिरून गेला. त्यांचा पहिला मुलगा आत्माराम. सावळा, पण अतिशय गोंडस. गुटगुटीत. सव्वावर्षातच अंगाने तो इतका बाळसेदार झाला की, त्याला मांडीवर घेतले तर सारी मांडी झाकून जायची. बाहेर जाताना खांद्यावर टाकला, तर हात भरून यायचा. रोज संध्याकाळी तात्या त्याला खांद्यावर टाकून अंगणात फेऱ्या मारीत. फेऱ्या मारताना गाणी गुणगुणत. गाणे गुणगुणताना क्षणभर ते थबकले तर पोरगा त्यांना म्हणे, 'तात्या, ते मन ना, गानं मन ना!' त्याला 'तात्या' कधी नीट म्हणता आलेच नाही. दोन वर्षांत तो पावले टाकू लागला. धावू लागला. आपण त्याला हौसेने चांदीचा घुंगरांचा करगोटा केला होता. गझनीची, गोंडे लावलेली कुंची त्याला शिवली होती. त्याचे जावळ कसे डोके भरून होते. कानांत लाल खड्याचे डूल घातले होते. इतक्या वर्षांचा अवधी मध्ये गेला, पण अजून जिजीला त्याचा चेहरा, त्याचे डोळे, त्याची जिवणी- सारे स्पष्ट आठवत होते. आत्माराम तीन वर्षांचा झाला, तो चार वर्षांचा झाला, आणि मग - मग ती काळरात्र आली. 'पोटातले' झाल्याचे निमित्त झाले आणि एका दिवसात पोर तडफडून गेले. मध्यरात्री तात्यांनी चार माणसे गोळा केली आणि पोटचे पोर ते मातीआड करून आले. त्यानंतर वर्षभर जिजीच्या डोळ्यांचे पाणी खळले नाही. आत्माराम गेला त्या बरोबर जिजीची रयाच गेली. आत्मारामच्या पाठीवर त्यांना आणखी तीन मुलगे झाले. पण ते वर्षावर्षाच्या आतच काही ना काही दुखण्याने देवाघरी गेले. आत्मारामने दिले तेवढेही सुख त्या मुलांनी तात्यांना, जिजीला दिले नाही आणि मग सरते शेवटी झालेल्या दोघी लेकी. हिरा आणि तारा त्या मात्र जगल्या, वाचल्या, जाणत्या झाल्या, आणि लग्ने लावून दिली तेव्हा मुकाट्याने आपापल्या घरी गेल्या. लेक म्हणजे बोलूनचालून परक्याचे धन. आपल्याला थोडेच लाभते? हक्काचा म्हणजे मुलगाच. पण तो वाढायचा नव्हता. नव्हते आपल्या नशिबात म्हणायचे. दुसरे काय?

जिजीला हुंदका आला. तिने पदराने डोळे पुसले. हात धुऊन नाक शिंकरले. आणि उरलेले सारवण कसेबसे संपवले. हात धुऊन, पदराला हात पुशीत ती

बाहेरच्या सोप्यावर आली. तात्या गादीवर आडवारले होते. त्यांना झोप लागली होती. जिजी पुढे सरकली. तात्यांच्या पानाच्या डब्यातून तिने हलकेच सुपारीचे खांड काढून तोंडात टाकले, पण डब्याचे झाकण लावताना आवाज झाला. तात्यांची हलकी, सावध झोप तेवढ्यानेही चाळवली. त्यांनी डोळे उघडले. जिजीला बघताच ते हसले. म्हणाले, 'आटपलं काम?'

'काम काम ते काय? असे काय डोंगर उचलायचे आहेत?' जिजी म्हणाली 'चार भांड्यांची झाकपाक केली, चुलीला बोळा फिरवला, स्वयंपाकघर सारवलं, झालं!'

तात्या क्षणभर जिजीकडे बघत राहिले. गेली चाळीस वर्षे संसारात आपल्याला साथ देणारी ही आपली जोडीदारीण. जिजीचा गोल चेहरा, अजूनही बरेच काळे असलेले केस, भरलेला व्यवस्थित बांधा, मुद्रेवरील प्रेमळ भाव. चाळीस वर्षे निघून गेली हे तात्यांना खरेच वाटेना. त्यांना लग्नातली जिजी आठवली आणि त्यानंतरची तिची अनेक रूपेही त्यांच्या डोळ्यांपुढून भरभर फिरून गेली. आत्मारामाच्या वेळी मृत्यूने कोसळलेली जिजी, पुढच्या तीन मुलांची मरणे भकास, कोरड्या डोळ्यांनी बघणारी जिजी- आणि आता वार्धक्यात संसाराचा गाडा मुक्या सोशिकपणाने ओढणारी जिजी.

दोघेही पतिपत्नी एकमेकांकडे संथ नजरेने बघत होती. चाळीस वर्षांचा संसार त्यांच्यामध्ये पसरला होता आणि सारी वर्षे एक प्रदीर्घ पोकळी होऊन त्यांच्यासमोर उभी होती.

तात्यांनी एक उसासा टाकला. किंचित चाचरत ते म्हणाले, 'नानाच्या सुभीला जर पुण्याच्या माणसांनी नकार दिला तर कसं व्हायचं?'

'काय होणार आहे?' जिजी म्हणाली, 'दुसरे कुणी तरी येऊन तिला बघतील. आज ना उद्या तिचं लगीन ठरेल. तुम्ही का काळजी करता?'

'तेही खरंच म्हणा!' तात्या ओशाळून म्हणाले. जरा वेळाने त्यांना इतर काही आठवणी होऊ लागल्या. जिजीकडे सरळ नजर न टाकता अवघडलेल्या स्वरात ते बोलू लागले,

'झालंच तर- आबाचा पोरगा आजारी आहे. तिकडं जाऊन यायला हवं!'

आता जिजीचा संयम सुटला. सकाळपासून दाबून ठेवलेले सगळे शब्द पुराच्या लोटासारखे घोंघावत आले. ती अनावरपणे बोलू लागली,

'नानाच्या सुभीचं लग्न जमवायचंय. आबाच्या मुलाचं दुखणं काढायचंय. अप्पाच्या घरात लेकीसुनांची भांडणं चालतात ती मिटवायची आहेत... अहो! साऱ्या भाऊबंदांच्या अडचणी निवारायचा मक्ता का घेतलाय तुम्ही? पेन्शन घेतलीत, रिकामं घर खायला उठतं. मायेला लाज नसते, म्हणून या भावाकडे जाता, त्या भावाकडे जाता. याची कामं करता, त्याच्या अडचणी निवारता; पण त्यांना आहे

का आपल्याबद्दल काडीइतकं प्रेम? गेल्या वर्षी तापानं पंधरा दिवस अंथरुणाला खिळून पडलात. किती जण आले तुम्हाला बघायला? दिरांच्या घरी मी गेले तर, त्यांच्या सुना कधी पाया सुद्धा पडत नाहीत माझ्या! अप्पाच्या लेकाच्या लग्नात तुम्ही जिवापाड कष्ट केलेत, मी मरेमरेतो राबले,- काय झालं? चोळीचा एक खण फुकटाचा कुणी मला दिला नाही, की लग्न उरकल्यावर पाच बुंदीचे लाडू रीत म्हणून आपल्या घरी धाडले नाहीत. आज माझा मुलगा असता, माझी सून असती, तर हे असे वागले असते का?' बोलता बोलता जिजीचे डोळे भरून आले.

'कशाला ते काढतेस पुन्हा पुन्हा?' तात्या म्हणाले, 'नव्हतं आपल्या नशिबी म्हणायचं; गप्प बसायचं!' त्यांचाही स्वर रुद्ध झाला.

'मी गप्प बसतेच हो. मी सोसतेच सारं' जिजी म्हणाली, 'पण तुम्ही साऱ्यांसाठी जी धावाधाव करता ना, ते सहन नाही होत मला. तुमचे कष्ट बघवत नाहीत. द्या हे सोडून आता. कुणी कुणाचं नव्हे, हेच खरं. सख्खी, पोटची जिथं लाभली नाहीत, तिथं या पाठच्यांचा काय भरवसा धरता? घरात बसावं. देवाचं नाव घ्यावं. कुणी नाही तरी निदान आपण दोघं एकमेकांना आहोत यात समाधान मानावं. काय म्हणते मी? समजतंय ना?'

तात्यानी मुकाट्याने मान हलवली. मग शून्य नजरेने ते समोरच्या भिंतीकडे बघत राहिले. काय दिसत होते तिथे त्यांना? गेलेली मुले? भकास भविष्य? उरलेली रिती वर्षे?

दिवस कलला. मावळला. बाहेरच्या अंगणात दाटलेल्या सावल्या गडद झाल्या. घराच्या कानाकोपऱ्यात दडलेला काळोख पुढे पुढे सरकू लागला. जिजी उठली. आत गेली. पितळेचा मोठा स्टँड लावून तो तिने बाहेरच्या सोप्यात बैठकीवर आणून ठेवला. फिकट पिवळा, उदासवाणा प्रकाश सर्वत्र भरून राहिला. घरात साकळलेले एकाकीपण आणखीच दाट होऊ लागले.

बराच वेळ तात्यांची चुळबूळ चालली होती. जरा वेळाने ते एकदम उठले. खुंटीला अडकवलेला सदरा त्यांनी अंगात घातला. डोक्यावर टोपी ठेवली. सदऱ्याच्या गुंड्या लावत ते जरा वेळ तसेच तिथे घुटमळत राहिले. मग ओशाळवाण्या, अपराधी स्वरात जिजीस म्हणाले,

'रागावू नकोस. पण- आबाच्या घरी एक चक्कर टाकून येतो, पोराचं कसं आहे बघायला हवं.'

जिजीला काही बोलायचे होते. पण ती नुसतीच शून्यपणे तात्यांकडे बघत राहिली.

■

✳✳
११. जिवती
✳✳

दिवाळीच्या, उन्हाळ्याच्या सुटीत आम्ही न चुकता आजोळी जात असू. आजोळी गेल्यावर जरा स्थिरस्थावर झाले; की माझी पावले न चुकता नानांच्या घराकडे वळत.

नाना आमचे एक दूरचे नातलग. आजोळचा वाडा खूप मोठा होता. नात्यातली, बिननात्यातली दहाबारा घरे तरी त्या वाड्यात असतील. त्यांतलेच एक घर नानांचे. वाड्याच्या अगदी मागल्या बाजूला, एका उंच टेकाडावर ते घर होते. टेकाडावर सर्वत्र तरवड-आघाडा, घाणेरीची झुडपे गच्च वाढलेली होती आणि गवतावर रानफुलांची रांगोळी घातलेली. त्यांतून भांगासारख्या जाणाऱ्या पायवाटेने उड्या मारीत गेले की, नानांचे घर भोवतालच्या हिरव्या गर्दीतून अलगद डोके वर काढताना दिसे.

नानांच्या घरात इनमीन माणसे दोनच. नाना आणि नानी. त्यांना मूलबाळ काही नव्हते. नाना कुठे कामधंदाही करीत नसत. गावाबाहेरच्या शेतीचे उत्पन्न येई, तेवढे त्यांना पुरे होई. जास्त कमावून तरी काय करायचे आहे? आपली कुठे पोरेबाळे उपाशी मरणार आहेत? नानांचा असा विचार असायचा. ते दिवसभर घरीच असत. कुठे नानीला घरकामात मदत कर, कुठे घराबाहेरच्या बागेकडे लक्ष पुरव, कुठे तांबड्या अलवणात बांधून ठेवलेल्या पोथ्या वाच, असा त्यांचा दिवस जायचा.

नानांचे घर एकपाखी, दुमजली, कौलारू होते. घरापुढे छोटेसे आवार. त्यात नानीने जोपासून वाढवलेली चिमुकली बाग. कोपऱ्यातल्या न्हाणीचे आंघोळीचे पाणी अळूच्या भरगच्च वाफ्याला जाई. बागेत दोडकी-घोसाळीचे वेल होते. पारिजातक, अगस्त्याची झाडे होती. एक चमेलीची वेल मांडवावर चढली होती. झेंडू, शेवंती, मोगरा अशी फुलझाडेही बागेत असत. मध्यभागी लालबुंद कोब्याचे एक सुरेख तुळशीवृंदावन होते. त्यापुढची तळहाताएवढी जागा सारवून नानी तिथे

रांगोळीच्या चार रेघा ओढी. संध्याकाळी तुळशीवृंदावनाच्या कोनाड्यात नेमाने पणती जळे. नानीची बाग इतकी स्वच्छ होती की, वाऱ्यालाही तिथे एखादे वाळके पान वाहून आणायला अवघड वाटावे. बागेत चुकून कधी कचरा आढळत नसे, की वेलीच्या मुळाशी घातलेल्या पाण्याच्या आळ्यात कधी काडीकस्पट तरंगत नसे. कोपऱ्यातली न्हाणीदेखील स्वच्छ. अंघोळीची धोंड दुपारच्या उन्हात सणसणीत तापून निळीशार दिसे. तिथल्या ओट्यात बसवलेल्या मातीच्या रांजणातल्या पाण्यात मी कितीदा माझे प्रतिबिंब न्याहाळून पाहात राही.

जेवढी घरापुढली बाग लख्ख, तेवढेच घरही निर्मळ होते. त्या दुमजली घरात खालची जागा स्वयंपाकासाठी वापरली जाई. तर वरची माडी झोपण्यासाठी उपयोगात आणली जाई. नानीच्या घराच्या भिंती मातीने सुरेख सारवलेल्या असत. जमिनीवर शेणाच्या हिरव्या सारवणाचे हात सफाईने फिरलेले दिसत. चुलीला सुद्धा दिवसातून दोनदा पोतेरे चढे. स्वयंपाकघराच्या भिंतीला मोजून दोनच फळ्या, पण त्यावरची पितळेची भांडी, टोप, पातेली, पेले-वाट्या कशा लखलख करीत. ताटाळ्यातल्या काशाच्या नितळ ताटांची मंद लकाकी डोळ्यांत भरे. कोपऱ्यातले पाण्याने भरलेले हंडे, घागरी, कळशा चिंचमीठ लावून झळझळीत केलेल्या असत. नानीकडे गेले की, मी हटकून त्या लख्ख भांड्यांतले पाणी पिई– पुन्हा पुन्हा पिई. किती प्यायले तरी, ते पाणी पुन्हा प्यावेसेच वाटायचे.

नानीइतकी स्वच्छ आणि कामसू बाई मी कधी पाहिलीच नाही. घरकामात ती पटाईत होती. तसा शिवणविणकामातही तिचा हात अख्ख्या गावात कुणी धरला नसता. तिच्या पुरणाच्या पोळ्यांतून आरपार उजेड दिसे. तिच्या कटाच्या आमटीची चव अजून माझ्या जिभेवर आहे. गोधडीला ती टाके घालू लागली, तर आखल्यागत रेघा उमटत. तिच्या चोळीची टीप न्याहार पडे. तिला हजार प्रकारच्या रांगोळ्या येत. दुपारच्या वेळी देखील नानी कधी घडीभर आडवी व्हायची नाही. कुठे भांडी घास, कुठे निवडणेटिपणे कर. कुठे भाजणी भाजून ती दळ, असे आपले सारखे तिचे काही ना काही उद्योग चाललेले असायचे. संध्याकाळच्या थंड, निवांत वेळी नाना शिवलीलामृत, पांडवप्रताप, नवनाथकथासार असे काही ना काही नानीला वाचून दाखवीत. गवार मोडता मोडता, नाहीतर तांदूळ निवडता निवडता नानी हूं हूं करीत ते ऐके. कधी कधी दोघे नवराबायको नुसतीच आपापसांत गप्पागोष्टी करीत. रात्री नऊ–साडेनऊ वाजतात न वाजतात तो त्यांच्या माडीवरच्या दिव्याला फुंकर पडे. टेकाडावरचे घर काळोखात बुडून जाई.

वर्षानुवर्षे हेच आणि असेच चालले होते. त्यात कधी बदल झाला नाही. त्यात कधी खंड पडला नाही.

मी तेव्हा अगदीच लहान होते. मराठी शाळेत दुसऱ्या–तिसऱ्या इयत्तेत असेन.

नेहमीप्रमाणे उन्हाळ्याच्या सुटीत आम्ही भावंडे आजोळी आलो. सकाळी आम्ही सर्व्हिस मोटारने आलो. जेवणे झाली. पण आजोळच्या लाडाकौतुकात, त्या जेवणात माझे मन लागत नव्हते. हातावर पाणी पडले न पडले तो मी उतावीळपणे घराबाहेर पाऊल टाकले. आजीचे शब्द माझा पाठलाग करीत आले, 'जायचं असेल बयाताईला टेकाडावर, त्या वांझोटीकडे. काय त्या घरात कार्टीचं एवढं गाठोडं पुरलेलं असतं कुणाला ठाऊक!'

आजीच्या बोलण्याकडे मी लक्षच दिले नाही. माझी पावले आपसुक वाड्याच्या कोपऱ्यातल्या घराच्या दिशेला वळली होती. वर निळ्याभोर आभाळात पांढरे ढग गमतीने फिरत होते. घाणेरी-तरवडावर लालपिवळी फुले उमलली होती. हिरव्या गवताचा, ओलसर मातीचा वास दरवळत होता. अनवाणी पायांनी, मधल्या वाटेने वर चढताना मला विलक्षण आनंद होत होता. गेल्या चारपाच महिन्यांतल्या अनेक गमती मनात दाटून आल्या होत्या. नाना-नानी मला कधी भेटतात आणि ते सारे मी त्यांना कधी सांगते असे मला होऊन गेले होते. पायवाट चढून वर आल्यावर बागेतली फुलझाडे बघण्याचा मोह आवरून मी सरळ घरात शिरले. आत गेल्यावर मी एकदम नानीच्या अंगावर झेप घेतली. तशी ती एकदम कोलमडली. आपला तोल सावरताना तिला पुरेवाट झाली. खोट्या रागाचे अवसान आणून ती मला म्हणाली, 'अग कार्टे, आता सुई शिरली असती ना माझ्या बोटात! दांडगोबा कुठला! तुझा भार झेपतोय का आता मला?'

ती असे म्हणाली खरी. पण मला बघून तिला अतिशय आनंद झाला होता. तो तिच्या चेहऱ्यावर, डोळ्यांत उमटला होता.

'न झेपायला ग काय झालं?' मी नानीच्या गळ्यात हात टाकीत तिला म्हणाले, 'चांगली भरभक्कम तर आहेस?'

'ती कुठली?' नानी म्हणाली. 'म्हातारी नाही का झाले मी आता?' आणि पलीकडे असलेल्या नानांना उद्देशून ती म्हणाली, 'होय की नाही हो?'

पण नानांकडे बघून ती चोरून हसत होती. माझ्या ते लक्षात आले. एकदम भराभर तिच्या अंगावर गुद्दे मारीत मी तिला म्हटले, 'हं. कळलं मला. खोटं. सगळं खोटं. तू कुठली म्हातारी?'

'नाही? म्हातारी नाही झाले मी?' नानी पुन्हा म्हणाली.

मी तिच्याकडे बघत राहिले. मोरपिशी रंगाचे गर्भरेशमी लुगडे ती नेसली होती. त्याचा पदर तिने डोकीवरून घेतला होता. लुगड्याच्या लालभडक चमकदार काठाच्या महिरपीत तिचा गोरा, गोल चेहरा महालक्ष्मीच्या पितळेच्या चकचकीत मुखवट्यासारखा साजरा दिसत होता. रुंद कपाळावर घवघवीत कुंकवाचा टिळा होता. मी अगदी नकळत्या वयात होते. पण त्यावेळी नानी मला फार सुरेख, फार

देखणी वाटली. आजही ते चित्र माझ्या मनात स्पष्ट उमटलेले आहे. क्षणभर मी मुकाट राहिले. मग तिला म्हणाले,

'तुझा तर एक केस पिकला नाही की, एक दातपण पडला नाही. मग तू कसली ग म्हातारी?'

नानीने कौतुकाने माझा गालगुच्चा घेतला. 'भारी वस्ताद झालीय पोरटी.' असे म्हणून तिने मला छातीशी कवटाळले. मला तशी जवळ धरून ती क्षणभर स्तब्ध राहिली. मला मात्र गप्प राहावत नव्हते. तिच्या मिठीतून सुटण्याची धडपड करीत मी म्हणाले,

'नानी, आज तू कालवण काय केलं आहेस?'

'सांडग्याचं कालवण केलंय! का ग?'

'मग मला वाढ ना नानी जेवायला!' मी हळूच म्हटले.

'म्हणजे? तू जेवली नाहीस घरी?' नानीने आश्चर्याने विचारले.

'तशी जेवलेय ग मी!' मी नाइलाजाने सांगून टाकले. 'पण तुझ्याकडचं कालवण खावंसं वाटतंय. वाढ ना मला!'

'काय अगोचर पोरटी आहे!' नानी हसत हसत म्हणाली, पण लगेच उठून तिनं काशाची थाळी काढली आणि त्यात अर्धी भाकरी, वाटीत सांडग्याचे कालवण, बाजूला ताकातल्या खाराच्या मिरच्या असे जेवण वाढून ते ताट तिने माझ्या पुढ्यात ठेवले.

आणि घरून पोटभर जेवून आले होते तरी, मी ते जेवण अगदी चवीने पुन्हा जेवले. ती सारी दुपार मी नानीच्याच घरी घालवली. नानीने मला, तिने नव्या शिवलेल्या गोधड्या दाखवल्या. बागेतल्या शेवंतीच्या रोपांवर बटणांसारख्या बारीक कळ्या आल्या होत्या त्या दाखवल्या. नानांनी मध्यंतरी तिच्यासाठी मोहनमाळ करून आणली होती ती तिने कौतुकाने माझ्या गळ्यात घातली. मीही तिला पुण्याच्या माझ्या शाळेतल्या गमती सांगितल्या. तिथे मला मिळालेल्या नव्या मैत्रिणींची तिला माहिती दिली. उन्हे उतरली तेव्हा, नानीने नुकत्याच दळलेल्या ताज्या भाजणीचे थालिपीठ लावून ते मला खाऊ घातले. गरमगरम चवदार थालिपीठ आणि वर ताजे घरचे कणीदार तूप. मी अगदी तृप्त, तृप्त होऊन गेले.

अंधार पडू लागला तशी, नानी मोठ्या कष्टाने मला म्हणाली, 'जा आता घरी. नाही तर तुझी आजी तुला रागावेल.'

अचानक मला येता येता कानावर पडलेले आजीचे शब्द आठवले. मी नानीला विचारले, 'नानी, वांझोटी म्हणजे ग काय?'

नानीचे सारे रक्त चेहऱ्यात चढले. क्षणभर तिचे तोंड लालभडक झाले. दुसऱ्याच क्षणी ती पांढरीफटक पडली. तारवटल्या डोळ्यांनी ती माझ्याकडे नुसतीच बघत राहिली. मग मोठ्या प्रयासाने मन आवरून शांतपणे ती मला म्हणाली,

'कुठं ऐकलास तू हा शब्द?'

मी सकाळी आजीच्या तोंडून ऐकलेले बोलणे जसेच्या तसे तिला ऐकवले. नानी क्षणभर काहीच बोलली नाही. तिच्या मनात प्रचंड खळबळ चालली असावी. पण मला त्यावेळी ती कळली नाही. जरा वेळाने बळेबळेच हसून ती मला म्हणाली, 'मूल नसलेल्या बाईला वांझोटी म्हणतात हो. पण जाऊ दे ते. आपण असलं काही ऐकू नये. ऐकलं तरी ते ध्यानात ठेवू नये.'

माझे समाधान झाले. मी तिथून आनंदाने निघाले. अजाणतेपणी आपण नानीच्या काळजावर कोणता घाव घातला होता याची मला कल्पनाही आली नाही.

ती सारी सुटी मी अशी नानीकडेच घालवली म्हटले तरी चालेल. सकाळ-संध्याकाळ जेवायला आणि रात्री झोपायला काय ती आमच्या घरी असे. बाकीचा सारा वेळ मी त्या टेकाडावरच्या घरातच असायची. नाना आणि नानी माझे अतोनात लाड करीत. नाना शेतावर गेले की, त्यांनी तिथला रुचकर मेवा माझ्यासाठी हटकून आणावा. मला कलाकंद फार आवडायचा. तर बाजारपेठेतल्या नारायण हलवायाकडे नानांनी मला रोजचा ताज्या गरमागरम कलाकंदाचा रतीब लावला. नानीने माझ्यासाठी कधी शेवया वळाव्यात, कधी गव्हाच्या जाड्या रव्याची तुपात थबथबलेली लापशी करावी, तर कधी शेजारच्या मुलाण्याकडून कोंबडीची अंडी आणून अंड्याच्या पोळ्या मला ताज्या भाकरीशी खाऊ घालाव्यात. तिने माझ्यासाठी कटकीच्या खणाचा परकर आणि चोळी स्वतःच्या हातानं बेतून-शिवून मला दिली. मला हिरव्या बांगड्या भरल्या आणि एकदा भल्या पहाटे मला आपल्या घरी बोलावून आपल्या हाताने मला न्हाऊदेखील घातले.

माझ्या आजोळच्या घरी, इतकेच नव्हे तर, साऱ्या वाड्यात नाना-नानींच्या माझ्यावरच्या लोभाची चर्चा होत असे. कुणी मला वेडेवाकडे प्रश्न विचारावेत. कुणी मला नानीने काय खाऊपिऊ घातले याची बारकाईने चौकशी करावी, तर कुणी मला एकीकडे घेऊन, 'कशाला सारखी सारखी नानीकडे जातेस? बरं नव्हे ते' असा सल्लाही द्यावा. पण मी लहानपणी भयंकर हट्टी होते. एखादी गोष्ट कुणी करू नको म्हटले तर, मी ती हटकून करीत असे. पण नाना-नानींच्या घरी जाणे मी सोडले नाही ते हट्टामुळे नव्हे. खरोखरच त्या घराचा, त्या नवराबायकोचा मला विलक्षण लळा लागला होता. इतकेच नव्हे तर, त्यांच्या माझ्यावरच्या अकृत्रिम लोभाची माझ्या बालमनाला कुठे तरी ओळखही पटली होती.

अशी किती वर्षे गेली. अशा किती सुट्या गेल्या. आता मला जरा जाण आली होती. लहानपणी न कळलेल्या कितीतरी गोष्टींचा अर्थ आता मला उमगू लागला होता. माझी आजी नव्हे तर, वाड्यातल्या साऱ्याच बायका- किंवा पुरुष देखील- टेकाडावरच्या घराकडे नाक मुरडून आणि कपाळाला आठ्या घालून बघत. या

रागाची कारणे हळूहळू मला कळू लागली. नाना आणि नानी आमच्या वाड्यात राहात खरी. पण वाड्यातल्या साऱ्या बिऱ्हांडापासून ती अलग, वेगळी होती. त्यांनी दोघांनी आपलेच एक जग निर्माण केले होते व त्या जगात एक माझा अपवाद वगळता- त्यांनी कधी कुणाला डोकावू दिले नव्हते. ती दोघे कधीही कुणात मिसळत नसत. चिमूटभर पिठाच्या उसन्यासाठी देखील नानी कुणाच्या दारी कधी गेली नाही किंवा पानतंबाखू खाण्यासाठी किंवा शिळोप्याच्या गप्पा मारण्यासाठी सुद्धा नाना कुणाच्या ओटीपडवीवर कधी येऊन बसले नाहीत. ते कधी कुणाच्या घरी जेवले नाहीत की, त्यांच्या घरी कुणाचा हात ओला झाला नाही. हे त्यांचे वर्तन अघटित होते. चीड आणणारे होते. वाड्यातील सामाजिक जीवनाच्या नियमांत हे कुठेच बसणारे नव्हते. सुरुवातीला वाड्यातल्या बायकांनी नानीशी मैत्री करण्याचा प्रयत्न केला. मुलांसाठी देवदेवस्की करण्याचा तिला अनाहूत सल्लाही देऊन पाहिला. पण नानीने साऱ्यांना झिडकारून लावले. तिने कधी देवदेव केले नाहीत. उपासतापास केले नाहीत. देवळातही ती कधी गेली नाही. तिचे सर्वस्व तिच्या घरात, तिच्या बागेत आणि नानांच्या संगतीत होते. नानीला मूलबाळ नव्हते हा तिचा आणखी एक सामाजिक गुन्हा होता. वाड्यातल्या साऱ्या बायका पुत्रवती होत्या. कुणाच्या घरी चार, तर कुणाच्या घरी आठ-आठ देखील मुले होती. साऱ्यांची घरे मुलाबाळांनी भरलेली, गजबजलेली होती. अशा त्या वाड्यात एक नानीच अशी होती की, जिची कूस कधी उजवली नाही. जिच्या घरात मूल कधी खेळले नाही. वाड्यातल्या बायकांच्या मताने नानीचा हा अपराध फार मोठा होता. त्याबद्दल तिला ओशाळगत वाटायला हवी होती. वाड्यातल्या बायकांपुढे तिने नमते घ्यायला हवे होते. त्यांच्या मुलाबाळांचे तिने कोडकौतुक करायला हवे होते; पण नानीने ते कधी केले नाही. स्वत:ला मूल नाही याची खंत तिने कुणाला बोलून दाखवली नाही किंवा वाड्यातल्या एकाही बाईला तिने कधी स्वत:ची कीव करू दिली नाही. आपले दु:ख तिने एखाद्या अलंकारासारखे अभिमानाने मिरवले. नानीचा सर्वांत भयंकर अपराध म्हणजे तिने वाड्यातल्या एका मुलाला कधी टेकाडावरच्या आपल्या घरी येऊ दिले नाही. एखादे मूल तिकडे फिरकताना दिसले तर, ती वरूनच ओरडून त्याला हुसकावून लावी. कधी एकदा वाड्यातल्या काही उनाड कार्ट्यांनी तिच्या बागेत शिरून झेंडूची चार फुले तोडली, तर नानीने आकाशपाताळ एक केले. त्या मुलांच्या आया खूप संतापल्या. त्यांनी आपल्या पोरांच्या पाठीत चार-चार धपाटे तर घातलेच, पण त्यांनी नानीलाही भरपूर शिव्या दिल्या.

'वांझोटी मेली. तिला काय पोरांची किंमत कळणार?'

'असल्या मेलीचं तोंडदेखील बघू नये.'

'पोरांचा असा राग राग करते म्हणूनच देवानं तिची कूस उजवली नाही!'

'एवढा हव्यासानं संसार करते. कुणाच्या डोंबल्यावर घालणार आहे देव जाणे!'

'म्हातारपणी मरायला पडली तर, पाण्याचे चार थेंब तोंडात घालायला कुणी नाही!'

नानीने ओठ दाबून सारे ऐकून घेतले. ती काही बोलली नाही. हा प्रसंग घडला तेव्हा मी तिथेच होते. मला ते सारे बघून- ऐकून रडू कोसळले. मला तर रडू आलेच, पण आजीच्याही डोळ्यांना पाणी आले. ती संतापाने म्हणाली,

'बायका आहेत का हडळी? नसेल नानीला पोर. म्हणून यांनी असं बोलावं तिला? यांची पोरं तरी काय यांना सोन्याच्या पालखीत बसवणार आहेत? काळीज नाही या अवदसांना हेच खरं.'

त्या दिवशी संध्याकाळी मी भीतभीतच नानीच्या घरी गेले. तिने मला पाहिले मात्र आणि प्रथमच ती माझ्यावर चिडली. संतापाने, डोळ्यांतले पाणी आवरीत ती मला म्हणाली,

'कशाला आलीस इथं? जा पळ तुझ्या घरी!'

नानीच्या तोंडून असे शब्द मी कधी ऐकले नव्हते. माझ्या डोळ्यांपुढे एकदम ब्रह्मांड फिरून गेले. माझी कानशिले कढत झाली. दुःखाने आणि अपमानाने माझ्या डोळ्यांत पाणी आले. माझे सर्वांग थरथर कापू लागले. पाय लटपटू लागले. क्षणभर त्याच अवस्थेत तिथे घुटमळून मी मागे फिरले. त्याबरोबर नानी धावत पुढे आली. तिने माझा कान इतक्या जोराने पिरगळला की, कळ माझ्या मस्तकाला भिडली. कान पिरगाळूनच ती थांबली नाही, तर तिने फाड्दिशी माझ्या मुस्कटात भडकावली आणि माझा हात धरून मला घरात खेचत ती म्हणाली,

'जा म्हटलं, तर चालली खुशाल! काही लाज वाटते का जिवाला? विसरली इतक्या दिवसांचं प्रेम. निघाली तरातरा. मोठी अभिमानाची लागून गेली की नाही? चल घरात. चल आधी. नाही तर भडकावते आणखी दोन कानशिलात! मोठ्या तोंडाने मला शिरा करून ठेवायला सांगितला तो कोण खायला येईल? माझा बाप? का माझा सासरा? चल आधी हो घरात.' आणि तिने फराफरा मला घरात ओढत नेले. ताटाळ्यातले एक काशाचे ताट काढून दाणदिशी माझ्या पुढ्यात आदळले आणि चुलीवरच्या भांड्यातला निम्मा शिरा त्या ताटात उलथण्याने उकरून घालीत ती म्हणाली,

'हं. गिळा आता. पुरे ते रडण्याचं सोंग.'

मी हुंदका गिळला आणि ताटातला जेमतेम एक घास उचलून तो ओठाशी नेला न नेला तो, नानीने एकदम कव घालून मला मिठीत घेतले आणि माझे मस्तक छातीशी घट्ट दाबून धरीत ती स्वतःच ओक्साबोक्शी रडू लागली. नानीला असे

अनावर होऊन रडताना मी कधी पाहिले नव्हते. सर्वस्व गमावून बसावे तसा, तिचा चेहरा दिसत होता. एकामागून एक येणाऱ्या हुंदक्यांनी तिचे सर्वांग गदगदत होते. डोळ्यांतून गळणाऱ्या धारांनी तिचा चेहरा ओलाचिंब झाला होता. त्या ओल्या चेहऱ्याशी माझा चेहरा दाबून धरून ती माझे मुके घेत होती. मला कुरवाळीत होती. 'कसे हात वाहिले माझे तुला मारायला सोने?' असे पुन: पुन्हा म्हणत होती. पुन्हा रडत होती. शेवटी मीच माझ्या लहानशा हातांनी तिचे डोळे पुसले. तिची समजूत घातली आणि मग हसतरडत त्या एकाच ताटातला शिरा आम्ही दोघींनी मिळून कसा, कधी खाल्ला ते मला समजलेही नाही.

नंतरच्या साऱ्या घटना एकात एक गुरफटून गेल्यासारख्या गुंतागुंतीच्या झाल्या आहेत. धुक्यातून बघाव्यात तशा अस्पष्ट दिसत आहेत. मी मोठी झाले. शाळा संपवून मी कॉलेजात जाऊ लागले. आजोळी जाण्यात आता वर्ष- दोन वर्षांचा खंड पडू लागला. मला नवे स्नेह मिळत होते. नवे ऋणानुबंध जडत होते. बालपणच्या आठवणी दूरच्या डोंगरासारख्या अदृश्य होत चालल्या होत्या. कधी तरी त्या माझ्या मनात येत. मनात गोड हुरहूर लावीत. पुन्हा सारे विसरायला होई. नंतर प्रथम आजी गेली. पुढे वर्षभरातच आजोबा वारले. आजोळची तरुण मुले पोटापाठीमागे लागून गावोगाव पसरली. माझ्या बरोबरीच्या मावश्या लग्न होऊन सासरी गेल्या. आजोळ माझ्यापुरते कायमचे मिटले. त्यातच टेकाडावरचे घर अस्पष्ट होत होत विस्मृतीत बुडून गेले.

– आणि गेल्या वर्षी कितीतरी दीर्घकाळाने पुन्हा मी आजोळी गेले. माझ्या बी.ए.च्या परीक्षेच्या वेळेला नाना अचानक हृदयक्रिया बंद पडून वारल्याचे मला कळले होते. मी गावात उतरले होते. पण नानीला भेटल्याशिवाय मी परत जाणे बरे दिसले नसते. एके दिवशी दुपारी मी आजोळच्या वाड्यात आले. मोठ्या कष्टाने. हुरहुरत्या मनाने. जुन्या आठवणींचा काळजात कल्लोळ उडाला होता.

वाड्याच्या कोपऱ्यातले टेकाडावरचे घर अजूनही उभे होते; पण वर जाणारी वाट आता वाढत्या झाडोऱ्यांच्या गचपणात पार गडप झाली होती. त्यातून कसाबसा मार्ग काढीत मी वर चढले. हिरव्या गर्दीतले नानांचे घर अचानक नजरेपुढे आले. घरापुढच्या बागेचे आता भूत झाले होते. फुलझाडे वाळून कोळ झाली होती. तुळशी-वृन्दावनाचा लाल कोबा जागजागी ढासळला होता. त्याच्यापुढे सारवण देखील नव्हते, तर रांगोळी कुठली? ते भकास दृश्य पाहून माझ्या पोटात कालवल्यासारखे झाले. आसवांनी माझी दृष्टी अंधुक झाली. पावले लटपटू लागली. स्वत:ला कशीबशी सावरीत मी पुढे गेले. घरात पाऊल टाकले. नानी चुलीपाशी काहीसे करीत बसली होती, नानीच का ती? मला प्रथमदर्शनी तिची धड ओळखसुद्धा पटली नाही. एकेकाळचे भरघोस काळेभोर केस आता अर्धवट करडे सफेद होऊन

निम्म्यावर आले होते. गोल भरीव गोंडस चेहरा सुरकुतला होता. कपाळावरचा घसघशीत कुंकवाचा टिळा जाऊन तिथे गोंदणाची हिरवी खूण दिसत होती आणि उल्लसित चमकदार डोळ्यांतली चमक विझून ते खोल गेले होते. मला पाहून नानी चकित झाली. मग ती उठली. पिठाच्या हातांनी व तिने मला जवळ ओढले आणि माझ्या खांद्यावर मान ठेवून ती ढसढसा रडू लागली.

मी आता मोठी झाले होते. साड्या नेसत होते आणि नानी जणु माझ्यापुढे लहान, असहाय बनली होती. मोठ्या समजूतदार माणसाने लहानाचे करावे तसे मी तिचे सांत्वन केले. पहिला उमाळा ओसरल्यावर नानी जरा सावरली आणि मला म्हणाली,

'बैस अशी आणि आल्यासारखी दोन घास खाऊन जा.'

आता कुठे माझे लक्ष नानीच्या घराकडे वळले. पहिला नीटनेटकेपणा पार नाहीसा झाला होता. जमीन उखणली होती. भिंतीवरून कोळिष्टके लोंबत होती. भांड्यांना डाग पडले होते. सर्वांत नवलाची गोष्ट म्हणजे नानीच्या चुलीपाशी एक काटकिळे, खिडमे पोर बसले होते. ते तिच्या भाकरीची वाट बघत होते. तेवढ्यात माडीवरूनही दोन तसलीच पोरे खाली आली. नानीने बारक्या ताटल्यांतून त्यांना थोडे थोडे खायला दिले. मग ती मला म्हणाली,

'आपण दोघी मागून सावकाश जेवू.'

मी आश्चर्याने थक्क झाले होते. नानीच्या घरात पोरे? अन् तीही अशी? मी तिला विचारले,

'नानी, ही भुतावळ कुठून गोळा केलीस?'

नानीने एक ओशाळवाणे हास्य केले. 'आहेत वाड्यातलीच'. ती म्हणाली, 'आता माणसांशी फटकून वागायला जमत नाही पहिल्यासारखं नि हे घर पण खायला येतं बघ एकटीला. म्हणून सोबतीला चार पोरं गोळा करते. त्यांना खाऊपिऊ घालते. वेळ जातो कसा तरी...'

बोलता बोलता नानीने त्या तिन्ही पोरांकडे नजर टाकली. त्या नजरेत वात्सल्य, स्नेह काठोकाठ भरला होता. इतकी वर्षे खोल रोधून ठेवलेले कुठले कुठले झरे आता फुटून ओसंडून वाहू लागले होते.

संध्याकाळी नानीचा निरोप घेऊन मी निघाले. टेकाडावरचे घर काळोखात बुडत होते. क्षणोक्षणी अंधुक होत होते आणि तिन्ही पोरे जिवतीसारखी मागे पुढे घेतलेली नानी त्या घरापुढच्या शुष्क बागेत उभी होती. हात हलवून मला निरोप देत होती.

■

**

१२. अगम्य

**

मी तेव्हा नऊ-दहा वर्षांची असेन. शिक्षणासाठी मी एक वर्षभर आजोबांकडे राहिले होते. आजोबांची नोकरी फिरतीची होती. त्यावेळी ते खानदेशातल्या एका गावी होते. गाव मध्यम प्रतीचे. पण गावात वकील होते. डॉक्टर होते. कपाशीच्या भरपूर उत्पादनामुळे गावावर श्रीमंती, प्रतिष्ठित कळा होती. मला ते गाव खूप आवडले. एक वर्ष तिथेच मला शाळेत ठेवावी असे आजोबा-आजींनी ठरवले. त्यांना स्वतःचा मुलगा नव्हता. माझी आई आणि मावशी अशा दोनच त्यांच्या मुली. साहजिकच आम्हा भावंडांचे आजोळी जरा विशेष कौतुक होते.

आमचे घर चांगले प्रशस्त, ऐसपैस होते. मागल्या बाजूला माडीवर मोठी गच्ची होती. गच्चीवरून खाली अंगणात जायला जिना होता. सनला, सिमेंट लावून गुळगुळीत केलेली; भली थोरली, हवेशीर अशी ती गच्ची माझ्या फार आवडीची होती. दिवसातला कितीतरी वेळ माझा तिथे जाई. तिथेच अभ्यास, तिथेच आडवे पडून गच्चीतून दिसणारे आभाळ निरखीत पुस्तके वाचणे, तिथेच मैत्रिणींबरोबर गप्पा–

पण मला मनाजोगती मैत्रीण नव्हती. एक होती ती आमच्या घरापासून खूप लांब, गावाच्या वेगळ्याच भागात राही. तिची माझी शाळेत काय भेट होईल तेवढीच. रोज भेटायला, खूप खूप गप्पा मारायला, मनातली इवली इवली गुपिते सांगायला जवळ राहणारी मैत्रीण हवी. तशी मैत्रीण नव्हती ही, माझ्या त्यावेळच्या सुखी जीवनातली एक खुपणारी उणीव होती.

म्हणूनच त्या दिवशी तिला मी पाहिले तेव्हा, मला आश्चर्याचा धक्का बसला, तसाच आनंदाचाही. शाळेतून मी घरी आले तेव्हा, आजीने खायला फोडणीचे कोरडे पोहे माझ्यासाठी केले होते. वाटीभरून पोहे आणि पाण्याचे भांडे हाती घेऊन मी

दडदड जिना चढून गच्चीवर आले. तिथे उभी राहून गच्चीच्या कडेवर वाटी, पाण्याचे भांडे ठेवून माझे पोहे खाणे चालले होते. *तितक्यात ती मला दिसली.*

आमच्या घराशेजारी, पण वाटेत एका बोळाचे अंतर सोडून पलीकडे अगदी आमच्या घरासारखेच घर होते. त्या घराची मागली गच्ची देखील आमच्या गच्चीसारखीच होती. इतके दिवस ते घर बंद होते. पण आज घराचे गच्चीवरून आत जाणारे माडीवरचे मागले दार उघडे दिसत होते; आणि गच्चीवर ती उभी होती. माझ्याच वयाची आणि साधारण माझ्याच उंचीची.

मी तिच्याकडे डोळे विस्फारून बघत राहिले. माझा पोह्यांचा रवंथ थांबला. खाता खाता तोंड उघडे टाकून मी तिच्याकडे बघत होते. तिची नजर आधी कुठे दूरवर लागली होती. पण मग एकदम तिचे लक्ष माझ्याकडे गेले; आणि ती माझ्याकडे बघून हसली. अगदी ओळखीच्या माणसाकडे बघून हसावे तशी हसली. फार गोड हसली.

मी तोंडातले अर्धवट चावलेले पोहे गप्दिशी गिळले. जरासा ठसका देखील लागला मला; पण मग मीही तिच्याकडे बघून हसले. बालवय ते. ओळखीला एकमेकींकडे बघून केलेले ओझरते स्मितही पुरेसे झाले. काही वेळ आम्ही नुसत्याच एकमेकींकडे बघत राहिलो. तेवढ्यात तिचा सावळा रंग, खूपसे दाट केस, गोल चेहरा आणि लालभडक लोंबते डूल मी पाहून घेतले. तिचा फुलाफुलांचा परकरपोलकाही मला भारी आवडला. एकाएकी माझ्या मनात आले, हिची आणि आपली मैत्री झाली तर? त्या केवळ कल्पनेनेही माझ्या पोटात सुखाने कालवाकालव झाली.

मग मी हात हालवून ओरडून तिला विचारले,

'तुझं नाव?'

'अहिल्या.' तिने तसेच ओरडून उत्तर दिले.

'इथं कधी राहायला आलात?'

'कालच रात्री.'

'आता इथंच राहणार?'

ती जराशी घुटमळली. मग म्हणाली, 'हो. इथंच राहणार.'

'आमच्या घरी ये की.'

'येते. पण आईला विचारून येते.' अहिल्या म्हणाली; आणि मग पुन्हा माझ्याकडे बघून ती गच्चीतून आत वळली. घरात गेली.

मी धावत खाली आले. आजीला ऐटीत म्हणाले, 'माझी एक मैत्रीण यायची आहे आत्ता. पुन्हा कोरडे पोहे कर आणि परवा केलेल्या त्या गूळपापडीच्या वड्या पण दे हं आम्हांला खायला.'

'ही कोण मैत्रीण काढलीस?' आजी हसून म्हणाली, 'तुझी प्रेमा येणार आहे

की काय? निरोप आलाय तिचा?'

'नाही ग, प्रेमा नाही. ही एक नवीन मैत्रीण आहे माझी.' मोठ्या अभिमानाने मी आजीला म्हणाले. तिचे आश्चर्य पाहून मला गंमत वाटत होती.

थोड्याच वेळात अहिल्या आमच्या घरी आली. आजीला तिची ओळख करून देऊन तिला घेऊन मी गच्चीवर आले. तिचा हात धरून तिला माझ्याजवळ बसवून घेतली. काही वेळ आम्ही दोघी संकोचाने चूर होऊन नुसत्याच मुकाट राहिलो. मग एका क्षणी अचानक संकोच संपून गेला आणि त्यानंतर ज्या गप्पा सुरू झाल्या त्या काही केल्या थांबेनात. पोह्यांच्या वाट्या, गूळपापडीच्या वड्या घेऊन आजी वर आली तेव्हा आम्ही खूपच रंगलो होतो. आजी काही वेळ जवळ उभी राहून कौतुकाने आमच्याकडे बघत राहिली. मग ती म्हणाली,

'अग पोरींनो, ते खा बघू आधी. आता शेजारणीच झाला आहात ना? सगळ्या गप्पा एक दिवसात संपवू नका.'

आजीचे ते शब्द ऐकून आम्ही लाजलो आणि मग फारसे काही न बोलता दोघींनी खायला सुरुवात केली.

त्या दिवसापासून माझी आणि अहिल्याची फारच गट्टी जमली. ती माझ्याकडे वरचेवर येऊ लागली. आमच्या घरी खाऊ लागली. क्वचित माझ्याबरोबर जेवूही लागली. एका गोष्टीचे मात्र मला जरा नवल वाटले. एक तर, अहिल्या शाळेत जात नसे. दुसरे म्हणजे, मला ती कधी आपल्या घरी बोलावीत नसे. आमच्या घरी आली म्हणजे ती अगदी खुलून जाई. ती छान गाणी म्हणे. भरतकाम, विणकाम, पोतीचे तबक किंवा कासव करणे असल्या गोष्टींत ती पटाईत होती. साधी बेतलेली चोळी शिवायची तरी, तिची कोवळी लांब बोटे कशी झरझर चालत. तांदळाच्या दाण्यासारखी रेखीव टीप पडे. ती रांगोळ्यादेखील किती सुंदर काढायची. झेला, बारव, कारल्याचा वेल, ब्रह्मकमळ अनेक रांगोळ्या तिने मला शिकविल्या होत्या. पण घराचे नाव काढले की, ती कुचंबल्यासारखी होऊन जाई. तोंड एवढेसे करून गप्प बसून राही.

आमच्या घरी तिने यावे यात मला फार आनंद वाटे; मात्र तिने कधीच आपल्या घरी मला नेऊ नये याचे मला वैषम्यही वाटे. कशी कोण जाणे; पण आजीच्या लक्षात ही गोष्ट आली नाही. मला मात्र ते सारखे डाचत असे. खुपत असे. अहिल्याने मला आपल्या घरी कधीच का बोलवू नये? शेवटी मला राहवेना. त्या दिवशी शाळेला कसलीशी सुटी असल्यामुळे मी घरी होते. का कोण जाणे, पण अहिल्याची आणि माझी गेल्या तीन-चार दिवसांत गाठ पडली नव्हती. माझ्या एकदम मनात आले, आज आपणच तिच्या घरी जावे. काय हरकत आहे? मनात यायचा अवकाश, मी चटकन उठले. आरशापुढे उभे राहून केस सरसे केले. तोंडावरून पाण्याचा हात फिरवला आणि 'आजी, मी अहिल्याकडे जाऊन आले

ग,' असे ओरडून आजीला सांगत घराबाहेर पडले.

एक बोळ ओलांडला की अहिल्याचे घर. दोन मिनिटांत मी तिच्या घरी जाऊन पोहोचले. घराचे दार आतून बंद होते. मी दारावर टक्टक् केले. जरा वेळानं अहिल्यानेच येऊन दार उघडले. पायरीवर उभ्या असलेल्या मला पाहून तिला धक्काच बसला असावा. क्षणभर ती स्तब्ध राहिली. मग हलकेच ती म्हणाली, 'तू?'

'हो मीच.' अहिल्याचे आश्चर्य, त्याहीपेक्षा तिचा निरुत्साह पाहून मला अपमानित झाल्यासारखे वाटत होते. किंचित रागाने मी म्हणाले,

'मी यायला नको होतं का? जाऊ का मी परत?'

माझे ते वाक्य ऐकताच अहिल्याचा चेहरा खर्रकन उतरला. माझे बोलणे तिला आत कुठेतरी लागले असावे. ती चटकन दारातून बाजूला झाली आणि व्याकुळपणे म्हणाली,

'असं का बोलतेस ग? ये ना, आत ये.'

मी तिच्या पाठोपाठ आत गेले. मला अवघडल्यासारखे झाले होते; पण अहिल्याचे घर, तिची माणसे बघण्याचे कुतूहलही आवरता आवरत नव्हते. अहिल्या मला आत घेऊन गेली; आणि एका खोलीच्या दारावरचा पडदा बाजूला सारीत आत डोकावून म्हणाली, 'अव्वा बाहेर ये. ही बघ माझी मैत्रीण आली आहे.'

'होय का?' असे म्हणत आतून एक मध्यम वयाची बाई बाहेर आली. माझे वय तेव्हा किती लहान होते: पण त्या बाईच्या रूपाने मी दिपल्यासारखी होऊन गेले. अहिल्याची आई काळीसावळी; पण नाकाडोळ्यांनी अती म्हणजे अतीच रेखीव होती. केवढा तरी मोठा अंबाडा तिच्या मानेच्याही खाली उतरला होता. धारवाडी रुंद काठांची चंद्रकळा ती नेसली होती आणि तशाच खणाची चोळी तिच्या अंगात गच्च दाटली होती. उंच, उभार छातीवर पाचसहा पदरांची मोहनमाळ चमकत होती. हातांत कितीतरी बांगड्या, गोठ, पाटल्या होत्या. तिचे रूप, तिचा पोषाख, दागिने पाहून मी स्तिमितच झाले. एक गोष्ट मात्र मला विचित्र वाटली. अहिल्याच्या आईने डोळ्यांत काजळ घातले होते. तिच्या डाव्या नाकपुडीत मोरणी होती; आणि तोंड विड्याने रंगले होते. त्या विड्यामुळे तिला प्रथम बोलताच येईना. ती नुसती माझ्याकडे पाहून हसली. इतके गोड होते ते हसू! मी वेडावल्यासारखी तिच्याकडे बघतच राहिले.

मग अहिल्यानेच मला हाताला धरून स्वयंपाकघरात नेले. एक पाट आडवा टाकून त्यावर मला बसवले. ती म्हणाली, 'इथं आपल्याला छान, निवांत गप्पा मारता येतील. इथे बसू या.'

मग आम्ही गप्पात रंगलो. जरा वेळाने अहिल्याची आईही आमच्यात येऊन

बसली. आता तिने तोंडातले पान थुंकून चूळ भरून टाकली असावी. तिच्या बोलण्यात थोडे हेल होते. पण त्यामुळेच की काय, तो बोलणे भारी लडिवाळ वाटे. तिने मोठ्या कौतुकाने माझी विचारपूस केली. मी मराठी पाचवीत आहे असे कळल्यावर माझ्या पाठीवरून प्रेमाने हात फिरवला. मग तिने फळीवरचा डबा उघडून आम्हा दोघींना बशांतून दोन लाडू दिले. गूळ, खोबरे, खसखस, खारकांचे तुकडे घालून बनवलेले हे लाडू फार रुचकर होते. त्या प्रकारचे लाडू मी कधीच चाखले नव्हते. अहिल्याची आई मला आधीच फार आवडली होती. तिने दिलेल्या गोड लाडूची चव चाखल्यानंतर त्या आवडीवरती प्रेमाचे शिक्कामोर्तब होऊन गेले.

मी अहिल्याच्या घरी गेले हे तिला आवडले असो वा नसो, त्यानंतर आमच्या नात्यामध्ये थोडा मोकळेपणा निर्माण झाला, थोडी अधिक जवळीक आली हे मात्र खरे. अहिल्या आमच्याकडे जास्त येऊ लागली आणि घराबद्दलही एखाद–दुसरा शब्द चुकून बोलू लागली. तिची आई मला भारी आवडली होती; पण तिच्या डोळ्यांतले काजळ, नाकातली मोरणी आणि तोंडात अष्टौप्रहर असणारे पान मात्र मला मुळीच आवडत नसे. आमच्या घरातल्या बायका डोळ्यांत काजळ घालताना मी कधीच पाहिल्या नव्हत्या. काजळ फक्त तान्ह्या मुलांसाठी असते अशी माझी समजूत होती. तीच गोष्ट नाकातल्या मोरणीची. मला आणि माझ्या धाकट्या बहिणीला लाल खड्यांच्या सुरेख इवल्याशा चमक्या आजीने मोठ्या कौतुकाने करवल्या होत्या; आणि आम्ही त्या कधीमधी गंमत म्हणून घालीत असू; पण मोठ्या बायकांनी नाकात मोरणी-चमकी घातलेली मी प्रथमच बघत होते. पान खाणे ही गोष्टही बायकांना वर्ज्य असे. सणाच्या दिवशी थोडे अधिक आगळे जेवण झाले तर, मग पुरुषांच्या खोलीतला आजोबांचा पानाचा डबा आणून आजी, आई, मावशी पान खायच्या; पण असा प्रसंग एकूण दुर्मिळच असे. म्हणूनच अहिल्याच्या आईचे काजळ, नाकातली मोरणी, पान हे मला विचित्र वाटे. विसंगत वाटे. आमच्या घरातल्या बायकांपेक्षा अहिल्याची आई किती तरी वेगळी दिसायची-वाटायची. तरीही तिच्याबद्दलची माझी आवड मात्र मुळीच कमी झाली नाही. एकदा भीत भीत आजीला मी विचारले-

'आजी, अहिल्याची आई सारखी विडा का ग खाते?'

आजी काही तरी कामात गुंतली होती. माझ्याकडे न बघताच तिने उत्तर दिले, 'अग, ती माणसं बेळगाव-धारवाडकडची आहेत म्हणे. त्यांच्यात तशी रीत असेल. आपल्याला काय माहीत!'

अहिल्या माझ्या घरी आली की, ती माझी शाळेची पुस्तके वरचेवर हातात घेई. वह्या उघडून बघे. पाटीवर काहीतरी रेखाटीत राही. अशा वेळी तिच्या डोळ्यांत एक विलक्षण भूक तरळताना मला दिसे. मला इंग्रजी येते याचे तिला अतिशय अप्रूप

वाटे. शिकण्यासाठी तिचा जीव आसावला आहे हे अशा वेळी ध्यानात येई. एकदा मी तिला म्हटले,

'अहिल्या, तू शाळेत का जात नाहीस? उद्यापासून चल माझ्याबरोबर. आमच्या बाईंना सांगून मी शाळेत घालून घेते तुझं नाव!'

अहिल्याचा चेहरा लालीलाल झाला. मग एकदम पांढराफटक पडला. क्षणभर ती स्तब्ध राहिली. मग हलकेच म्हणाली,

'मी बेळगावला शाळेत जायची. माझा पहिला नंबर होता तिथं. पण नंतर-नंतर-'

'नंतर काय?'

'नंतर मध्ये माझी दोन वर्षं तशीच गेली ना?' अहिल्या खाली मान घालून म्हणाली, 'आता मी मोठी झाले. आता कसलं शाळेत जायचं?'

'चल. काही तरी काय बोलतेस?' मी उसळून म्हणाले, 'मोठी झाले म्हणे! माझ्याच तर वयाची आहेस तू. या वयात का मुली शाळा शिकत नाहीत? चल. येतेस उद्या माझ्याबरोबर शाळेत? मी घेऊन जाईन तुला. येतेस?'

अहिल्या काही बोलली नाही. खाली मान घालून ती डोळ्यांतली आसवे लपवीत होती. मला तिच्या वागण्याचा अर्थच कळेना.

त्यानंतर एकदा मी अहिल्याच्या घरी गेले होते तेव्हा, एक विलक्षणच दृश्य मी बघितले. अहिल्याच्या घरी मध्यम उंचीचे, खूप काळे, धोतरसदरा नेसणारे, कपाळाला लाल गंध लावणारे एक प्रौढ गृहस्थ मी अनेकदा पाहिले होते. त्या दिवशी ते रागारागाने खोलीत फेऱ्या मारीत होते. मग ते एकदम थबकले आणि अहिल्याच्या आईकडे वळून ओरडले,

'येनु तां हुच्यतानां माडी दे. निन्नगते त्यंगशीनं सालवागे मनीबिनी यल्ला बिट्ट इल्ले बंदे!'

अहिल्याची आई पदराचा बोळा तोंडाशी धरून, भिंतीला टेकून निमूटपणे उभी होती. तिची मुद्रा भयंकर झाली होती. तिचे नाकडोळे गुंजेसारखे तांबडेबुंद झाले होते आणि दाबून धरलेल्या हुंदक्यांनी तिचे ऊर गदमदत होते. तिथे जाताच मला अगदी चोरट्यासारखे होऊन गेले. मला बघून त्या गृहस्थांनाही तसेच झाले असावे. कारण मग त्यांनी तोंडाचा पट्टा आवरला आणि डोक्याला काळी टोपी घालून, अंगात लांब कोट चढवून, हातात रुप्याच्या मुठीची काठी घेऊन कर्र कर्र बूट वाजवीत ते कुठेसे निघूनच गेले. तो गृहस्थ जाताच अहिल्याच्या आईने एक मोठा हुंदका दिला. मग तीही कानडीत काही पुटपुटत आपल्या खोलीत गेली. मी स्तिमित होऊन तिथे तशीच उभी राहिले. आपण घरी जावे की काय, मला कळेना. इतक्यात अहिल्या जिन्याच्या अंधारातून हळूच पुढे आली. इतका वेळ ती तिथे उभी असल्याचे माझ्या

ध्यानातच आले नव्हते. ती पुढे आली आणि माझा हात धरून तिने नेहमीप्रमाणे मला स्वयंपाकघरात नेले. काही वेळ आम्ही दोघी गप्पच होतो. मग मी हलकेच, भीतभीत अहिल्याला प्रश्न केला,

'अहिल्या, आता आईला बोलत होते ते तुझे वडील ना ग?'

'हो वडील.' अहिल्या चटकन म्हणाली. पण मग तिची चर्या बदलली. संताप, असहायता, खेद, लज्जा अशा अनेक भावनांचे मिश्रण तिच्या मुद्रेवर उमटले आणि गडबडीने ती बोलली,

'नाही ग. माझे वडील नव्हेत ते. ते माझे दूरचे मामा आहेत-'

'मामा?' मी आश्चर्याने म्हणाले, 'पण तू तर त्यांना काका म्हणतेस ना?'

'तेच ग. काकाच तर म्हणायचं होतं मला. काकाच आहेत ते माझे. जवळचे नव्हेत. लांबचे. खूप लांबचे'

अहिल्याच्या बोलण्यातली ती विसंगती, तो गोंधळ पाहून मी संभ्रमात पडले. मला नीटसे काहीच कळले नाही. पण या बाबतीत फार काही आपण खोदून विचारले तर अहिल्याला वाईट वाटेल, इतके मात्र मला जाणवले. मी गप्प बसले. जरा वेळाने मी घरी निघून आले.

नंतर काही दिवस असेच गेले; आणि मग काय झाले कुणास कळे. अहिल्याचा तो काका की मामा, आता त्यांच्या घरी दिसेनासाच झाला. मग तो कुठे गावी गेला की, त्याचे आणखी काही झाले कुणास माहीत. नंतर अहिल्याच्या घरातही मला हळूहळू बदल होताना जाणवू लागला. पहिली गोष्ट म्हणजे तिची आई बदलू लागली. तिच्या डोळ्यांतले काजळ गेले. तिचे ओठ आता पूर्वीसारखे विड्याने वेळी अवेळी रंगलेले दिसेनात; आणि तिच्या नाकातली ती मोरणी-तीही कुठेतरी नाहीशी झाली. अहिल्याच्या आईच्या अंगावर आता साधी लुगडी असत; आणि खरे सांगायचे तर, या साध्या वेषातच ती कितीतरी छान दिसते-असे मला वाटे. पूर्वी अहिल्याची आई एखाद्या पडदानशीन बाईसारखी नुसती घरातच बसून राही; पण आता हळूहळू ती शेजाऱ्यापाजाऱ्यांकडे जाऊ येऊ लागली. त्यांच्या घरी बनवलेल्या कानडी पदार्थांचा मासला आम्हांला चाखायला मिळू लागला. एकदा अहिल्याची आई आमच्या घरी येऊन आजीशी बराच वेळ बोलत बसली होती. ती उठून गेली तेव्हा, तिच्या पाठमोऱ्या मूर्तीकडे बघत आजी इतकेच पुटपुटली, 'बिचारी!' मीही आता अहिल्याकडे पूर्वीपेक्षा अधिक वेळा जाऊ लागले. त्यांचे घरही आता वेगळे वाटायचे. तिथे जास्त मोकळी हवा खेळत आहे, जास्त प्रकाश येत आहे, असा भास व्हायचा. आम्ही कितीतरी मजेत आरडाओरड करू लागलो. दंगामस्ती करून घर डोक्यावर घेऊ लागलो; पण आम्हांला कुणी रागावत नसे. घरावरचे सावटच जणू दूर झाले होते.

एकदा मी अहिल्याला हलकेच विचारले, 'अहिल्या, तुझे ते मामा की, काका, कोण ते - आता दिसत नाहीत ग?'

'ते गेले आपल्या गावी- आपल्या घरी निघून गेले.' अहिल्या म्हणाली, 'आता परत नाही यायचे ते कधी इथं!' आणि तिचा चेहरा एकाएकी विलक्षण दिसू लागला.

'पण मग. पण मग-' मी अडखळत प्रश्न केला, 'आता तुमचं चालायचं कसं?'

'न चालायला काय झालं!' अहिल्या उत्तेजित स्वरानं म्हणाली, 'आईजवळ खूप पैसे आहेत. खूप दागिने आहेत. गावाकडे तिच्या नावावर केवढी तरी जमीन आहे. तिच्या माहेरकडून तिला मिळालेली. आमचं मायलेकीचं छान चालेल आता!'

'आता' शब्दापूर्वी ती जरा थांबली होती ते माझ्या ध्यानात आले. मला काही तरी अस्पष्ट उमगत होते. पण काय ते नेमके कळत मात्र नव्हते.

त्यानंतर चार-पाच दिवसांचीच गोष्ट. अहिल्या धावतच आमच्या घरी आली. तिचा चेहरा आनंदाने फुललेला, डवरलेला दिसत होता. येता क्षणी माझ्या गळ्यात दोन्ही हात टाकून हर्षाने घुसमटलेल्या स्वरात ती मला म्हणाली,

'आईनं मला शाळेत घालायचं ठरवलंय. आता उद्यापासून मी तुझ्याबरोबर शाळेत येणार. खूप शिकणार. खूप मोठी होणार. खूप-'

पुढे तिला बोलताच येईना. ती खदखदून हसत सुटली. मग एकाएकी तिची माझ्या मानेभोवतीची मिठी घट्ट झाली. तिने माझ्या खांद्यावर मस्तक टेकले आणि ती हमसाहमशी रडू लागली.

■

**

१३. अनुबंध

**

गावातल्या बाजारपेठेला डाव्या-उजव्या बाजूंना लहान आडवे फाटे फुटले होते. त्या गावच्या आळ्या होत्या. त्यातलीच एक छोटीशी आळी म्हणजे ब्राह्मणआळी. बाजारपेठेतून ब्राह्मणआळीत वळताना कोपऱ्यावरच सारजा माळणीचे दुकान लागे. दातारबाई रोजच्याप्रमाणेच आजही शाळेतून घरी येताना सारजेच्या दुकानासमोर थांबल्या, आणि रोजच्याप्रमाणेच तिथे त्या भाजी खरेदी करू लागल्या.

ताजी काटेरी वांगी तोलता तोलता सारजेने विचारले,

'आज उशीर झाला बाई, साळंतून घरी यायला?'

हं...जरासा!' बाईंनी थोडक्यात उत्तर दिले.

'जरासा का म्हणून हो?' सारजा हसत म्हणाली, 'पार दिवेलागन व्हायला आली नव्हं? त्ये बघा की, रस्त्याच्या कडेचे मुन्सिपालटीचे दिवेबी लागले.'

'होय सारजे, उशीर झाला खराच, पण शाळेचं कामच हल्ली खूप वाढलंय.' बाई म्हणाल्या, 'त्यातून गेल्या आठवड्यात मुलींच्या फायनलच्या परीक्षा झाल्या ना? त्यांच्या पेपरांचे गठ्ठे बांधून ते परगावी धाडायचे होते. शिपाई करतात म्हणा काम; पण आपलंही लक्ष तिकडं असायला हवं ना?'

'त्येबी खरंच,' सारजेने बाईंच्या पिशवीत वांगी ओतीत म्हटले, 'आता हेडबाई म्हणाल्यावर सारं करणं आलंच की, पन कायबी म्हना बाई तुमी, तुमी आल्यापासनं साळंला शिस्त लागली. मागल्या बाई होत्या, तवापरीस शाळंतल्या पोरींचा नंबरबी किती वाढलाय बगा की! छान चाललीया शाळा तुमच्या हाताखाली.'

सारजेने केलेली स्तुती ऐकताना नाही म्हटले तरी दातारबाईंना बरे वाटले. पण बरे वाटले तरी, तो आनंद चेहऱ्यावर प्रकट करणे त्यांच्या स्वभावातच नव्हते. त्या फक्त किंचित हसल्या आणि भाजीचे पैसे काढून ते त्यांनी सारजेच्या पुढ्यात ठेवले.

सारजेने मग रोजच्या प्रमाणेच दोन ताजी रसरशीत लिंबे, मूठभर मिरच्या, हिरवीगार कोथिंबीर बाईंच्या पिशवीत टाकली. आणि रोजच्या प्रमाणेच त्याचे पैसे बाईंकडून घेण्याचे तिने नाकारले. बाईंनीही मग फार ओढून धरले नाही. त्या दुकानापुढून निघाल्या. तेवढ्यात सारजेने पुन्हा विचारले,

'नाती बऱ्या हैत नव्हं?'

'हो, आहेत की,'

'सुभाताई खुशाल? काही पत्रबित्र?'

'हो, ती पण खुशाल आहे. गेल्या आठवड्यात पत्र आलं होतं तिचं.'

बाई म्हणाल्या; आणि मग एकदम संभाषण आटोपते घेत त्यांनी म्हटले, 'जाते आता सरजा. अधीच उशीर झालाय. पोरी घरी वाट बघत असतील.'

कोपऱ्यावरून ब्राह्मणआळीत वळताना दातारबाईंच्या मनात सारजेबरोबर झालेले संभाषण घोळू लागले. बाईंना शाळेतून घरी यायला रोजच्यापेक्षा आज बराच उशीर झाला होता हे खरे. पण सारजेला त्याचे जे कारण त्यांनी सांगितले होते, ते मात्र तितकेसे खरे नव्हते. आज त्यांना सुभाताईचे, त्यांच्या लेकीचे पत्र आले होते. बाईंचे सारे टपाल शाळेच्या पत्त्यावर येई. सुभाताईचे पत्रही त्यांना शाळेतच मिळाले होते आणि पत्र वाचल्यापासून बाईंचे मन:स्वास्थ्य पार बिघडून गेले होते. पत्रातला मजकूर वाचल्यावर त्यांना धक्का बसला होता. त्या सुन्न होऊन गेल्या होत्या; आणि शाळेतल्या शिक्षकिणी निघून गेल्यावरही त्या बराच वेळ आपल्या ऑफिसातच बसून राहिल्या होत्या. शेवटी उन्हे उतरली. काळोख पडू लागला. शाळेच्या रावबा शिपायाने दोनदा ऑफिसच्या दाराशी येऊन भीत भीत त्यांना विचारले, 'बाई उशीर झाला. घरी जायचं असेल न्हवं?' तेव्हा त्या ऑफिसातून उठल्या आणि ऑफिसला कुलूप लावून, रात्रपाळीच्या शिपायाला आवश्यक त्या सूचना देऊन, जड पावलांनी त्या शाळेच्या आवाराबाहेर पडल्या.

आता ब्राह्मणआळीतून आपल्या घराकडे जाताना दातारबाईंना पुन्हा त्यांची पावले जड वाटू लागली. सुभाताईंच्या पत्रातला मजकूर थोडाच होता आणि दातारबाईंनी त्या पत्राची इतकी पारायणे केली होती की, तो मजकूर त्यांना जवळ जवळ पाठ झाला होता. सुभाताईने लिहिलेल्या पत्रातली मधली वाक्ये दातारबाईंना पुन्हा आठवली, – 'आई पुन्हा कधी हे ताळ्यावर येतील आणि मला त्यांच्याबरोबर सुखाचा संसार करता येईल ही आशा मी सोडून दिली होती; पण माझ्या नशिबाला माझी दया आल्यासारखे दिसते आहे. ज्या बुवांच्या मागे स्वारी इतके दिवस भटकत होती ते नुकतेच ब्रह्मस्वरूप झाले, आणि यांनाही उपरती झाली आहे. परवा होस्टेलवर येऊन मला भेटून गेले. म्हणाले, 'झालं ते झालं, गंगेला मिळालं. आता तू, मी, मुली एकत्र राहू! सुखानं संसार करू'– आई, असं होईल ना ग? झालं

तर देवच पावला म्हणायचा-'

दातारबाईंचे मन:स्वास्थ्य ज्याने नष्ट केले होते तो हाच मजकूर. सुभा ही त्यांची एकुलती एक मुलगी. तरुण वयात वैधव्य आल्यानंतर दातारबाईंनी ट्रेनिंगचा कोर्स पुरा केला होता. नोकरी करून सुभाला लहानाची मोठी केली होती. ती मॅट्रिक होताच एक अनाथ, पण होतकरू मुलगा बघून त्याच्याशी लग्न लावून दिले होते. सुभा सासरी गेली तेव्हा, उरलेले आयुष्य आता एकटीला काढावे लागणार या कल्पनेने त्यांचा जीव व्याकुळ झाला असला तरी, मुलीचा सुखाचा संसार सुरू होत आहे या समाधानात त्यांनी ते दु:ख धीराने गिळून टाकले होते. लग्नानंतरची पहिली पाच वर्षे सुलभाताईने पतीच्या संगतीत मोठ्या आनंदाने काढली होती. लग्नानंतर पहिल्या तीन वर्षांतच रेवा आणि रेणुका या दोन गोड मुलींनाही तिने जन्म दिला होता. मुलीचे सुख पाहून दातारबाईंचा जीवही सुखावला होता. शाळेच्या कामातून सवड काढून त्या दोन-तीन वेळा मुलीच्या व जावयाच्या घरी जाऊन आल्या होत्या. सोन्यासारख्या नाती बघून त्यांच्या डोळ्यांत आनंदाने पाणी तरारले होते. पदरमोड करून त्यांनी दोन-दोन सोन्याच्या बांगड्या नातींच्या हातांत चढवल्या होत्या. मुलीचे भरलेले घर बघून आपल्या डोळ्यांचे पारणे फिटल्यासारखे त्यांना वाटले होते; पण सुलभाताईंच्या सुखी संसाराला दैवाचीच दृष्ट लागली. मुळातच आनंदरावांचा स्वभाव धार्मिक होता. त्यांचा अध्यात्माकडेही कल होता. त्यात त्यांना मेघानंदस्वामी भेटले. आनंदराव प्रथम नुसते त्यांच्या प्रवचनांना जात. पुढे ते अध्यात्मचर्चा करण्यासाठी स्वामींकडे जाऊ लागले. दोन-दोन दिवस त्यांच्या संगतीत घालवू लागले. सुभाताई अस्वस्थ झाली. राग, रुसवा, धाक, रडणे साऱ्या बायकी शस्त्रांचा तिने वापर करून पाहिला; पण आनंदरावांचे स्वामीकडचे जाणे-येणे थांबले नाही, आणि सहा-सात महिन्यानंतर स्वामी जेव्हा उत्तर हिंदुस्थानात भ्रमंतीला निघाले तेव्हा, आनंदराव खुशाल घरदार, बायको व मुली सोडून, स्वामींच्या परिवारात समाविष्ट होऊन त्यांच्याबरोबर चालते झाले!

नवरा गेल्यानंतर काही दिवस सुलभेने रडून काढले. मग ती आपल्या विचित्र दु:खातून काहीशी सावरली. नोकरीच्या गोष्टी बोलू लागली. दातारबाईंना ती कल्पना सहन होत नव्हती. त्यांना वाटे, आपण नोकरी करतो तेवढे पुरे आहे. सुभाताईने कशाला नोकरी करायची? तिने व नातींनी खुशाल आपल्या घरी राहावे. सुभा आल्यापासून बाईंचे घर भरले होते. फुलले होते. रेवाचा नि रेणूचा त्यांना विलक्षण लळा लागला होता; पण सुभाताईला माहेरी पडून राहणे आवडत नव्हते. तिने नोकरीचा हट्ट धरला. शेवटी पुण्याच्या एका विद्यार्थिनींच्या हॉस्टेलमध्ये व्यवस्थापिकेची नोकरी सुलभाताईला मिळाली. मुलींना मात्र आईकडे ठेवण्याचे तिने ठरवले. दातारबाईंनी ते आनंदाने मान्य केले. सुभाताई पुण्याला हॉस्टेलमध्ये राहायला गेली

आणि दोन्ही नातींना सांभाळीत बाई आपली शाळेतली नोकरी करू लागल्या. पुणे जिल्ह्यातल्या एका मध्यमवस्तीच्या गावी त्यांनी कायमची नोकरी मागून घेतली. खात्यानेही ती सवलत त्यांना दिली आणि गेली दहा वर्षे या गावात शाळेच्या हेडबाई म्हणून त्या काम बघत होत्या. रेवा आता बारा वर्षांची झाली होती. रेणूला नुकतेच अकरावे वर्ष लागले होते. दोघी बहिणींना आजीचे विलक्षण वेड होते. आई चार दिवस रजा घेऊन येई. तेवढ्यापुरत्या त्या आईच्या संगतीत सुखावत; पण त्यांचे खरे घर हेच होते. दातारबाई नातींच्या सहवासात आपले एकाकीपण पार विसरल्या होत्या. वृद्धपणाची पर्वा न करता त्या उमेदीने शाळेत कष्ट करीत होत्या. हे सारे असेच कायम चालणार याविषयी त्यांना कसलाही संशय नव्हता.

– आणि सुभाताईचे हे असे पत्र आज आले होते. दातारबाईंच्या मन:स्वास्थ्याला त्याने सुरुंग लावला होता. जे कधी घडणार नाही असे त्यांना वाटत होते ते आता घडणार होते आणि त्याच्या कल्पनेने बाई हादरून गेल्या होत्या.

आळीच्या टोकाशी असलेल्या आपल्या घरात दातारबाईंनी पाऊल टाकले तेव्हा, शेजारच्या वहिनी आपल्या छोट्या मुकुंदाला घेऊन बसलेल्या त्यांना दिसल्या. रेवा आणि रेणू मुकुंदाशी खेळत होत्या आणि त्यांच्याकडे बघत गप्पा मारीत वहिनी उद्याच्या सकाळच्या स्वयंपाकासाठी गवारीची भाजी मोडीत होत्या. दातारबाईंचा शेजार चांगला होता. जेव्हा त्यांना कामावरून घरी यायला उशीर होई, तेव्हा शेजारच्या आजी म्हणा, वहिनी म्हणा, नाही तर त्यांच्या घरातली लहान मुले म्हणा, कुणीनाकुणी बाईंच्या नातींना सोबत म्हणून त्यांच्या घरी येऊन बसलेले असेच. त्यांच्या जिवावर बाई निर्धास्त असत. रेवा आणि रेणू दोघीही बाईंच्या शाळेत शिकत होत्या. हेडबाईंच्या नाती म्हणून शाळेतही त्यांचे कौतुक होई. पण त्या दोघी बहिणी स्वभावानेच सालस, गोड होत्या. त्यामुळे बाईंच्या नाती म्हणूनच नव्हे तर, त्या मुलींच्या गोडव्यामुळेही सर्वांना त्या आवडत. बहुतेकांना त्यांच्या विस्कळीत झालेल्या कुटुंबाची कर्मकथा माहीत होती. बापाला दुरावलेल्या, आईपासून वेगळ्या राहणाऱ्या त्या लहानग्या मुलींकडे पाहिले की, साऱ्यांच्या पोटात करुणा निर्माण होई आणि आजीच्या संगतीत राहून शिकणाऱ्यासवरणाऱ्या, शहाण्या होणाऱ्या रेवा-रेणूंवर सर्वजण प्रेमाचा वर्षाव करीत.

रेवा आता बारा वर्षांची होती. पण या वयातच तिच्या अंगी विलक्षण समज आलेली होती. तिच्या मानाने रेणु जरा अल्लड होती. आजी घरी आलेली बघताच रेवा चटकन उठली आणि दातारबाईंच्या हातातली पिशवी घेऊन तिने ती स्वयंपाकघरात नेऊन ठेवली. नंतर ती त्यांना म्हणाली,

'आजी, तुला हातपाय धुवायला गरम पाणी चुलीवर ठेवलंय मी. हातपाय धुऊन कपडे बदल आणि बैस जराशी. जेवायला अजून अवकाश आहे; पण तोवर

तुला घोटभर गरम गरम चहा हवा असेल, तर करते आधी.'

दातारबाईंनी रेवाकडे पाहिले. त्यांच्या मनात स्नेह दाटून आला. रेवा आपल्या आईच्या वळणावर गेली होती. सावळा मोहक वर्ण, तरतरीत नाक–डोळे आणि मनात एकदम आपलेपणा निर्माण करील अशी लाडकी जिवणी. बाईंच्या घशात एकाएकी काहीतरी दाटून आले. सुभाताई लहानपणी अशीच दिसे. तीही बाईंची अशीच सेवा करी. त्यांना वाटले, रेवाच्या रूपाने पुन्हा सुभाताईच आपल्या एकाकी घरात वावरत आहे. आपल्याला जीव लावीत आहे. सुभाताई लहान होती तेव्हा, बाई वयाच्या उमेदीत होत्या. त्यांच्या अंगात धमक होती. कष्टांचे त्यांना काही वाटत नसे; पण आता त्या साठीच्या जवळपास आल्या होत्या. अलीकडे कामाने त्या थकून जात. त्यांचे गुडघे सांध्यात दुखत. पावलांतून चमका मारीत. आता रेवाकडे बघताना त्यांना अतिशय असहाय, विकल वाटले. त्यांच्या मनात आले, पूर्वीपेक्षाही संगतीची, सहवासाची गरज आताच आपल्याला जास्त आहे. त्यांना सुभाताईंच्या पत्रातला मजकूर आठवला आणि त्यांना अपराध्यासारखे वाटले.

त्यांच्या मनातल्या वादळाची रेवाला किंवा रेणूला काहीच कल्पना नव्हती. आजी हे त्या मुलींचे सर्वस्व होते. तिला पाहिल्याबरोबर त्या दोघींना बाकीच्या जगाचे भान नाहीसे झाले. शेजारच्या वहिनी निवडलेल्या शेंगा टोपलीत भरून आणि मुकुंदाला कडेवर घेऊन हसत हसत केव्हा तिथून गेल्या, हे मुलींना कळले नाही. रेवाने तापलेले पाणी मोरीत नेऊन ठेवले. दातारबाई हातपाय धुऊन आल्या. तो रेणू हातात कोरडा पंचा घेऊन त्यांची वाट बघत होती. तिच्या जवळचा पंचा घेऊन बाईंनी हात, पाय, तोंड कोरडे केले. तोवर रेवा स्वयंपाकघरात जाऊन चहा करायच्या खटपटीला लागली होती. बाईंनी बाहेरचे कपडे बदलले आणि घरात वापरायचे पांढरे, धुवट सुती पातळ त्या नेसल्या. तोपर्यंत रेवाने चहा तयार करून तो त्यांच्या हातात आणून दिला. चहाच्या वासावरून रेवाने त्यात आले टाकल्याचे त्यांच्या ध्यानात आले. हाताला होणारा कपाचा उष्ण स्पर्श जेवढा त्यांना सुखकर वाटला, तेवढाच चहात मुरलेल्या आल्याचा वास त्यांचा थकवा दूर करून गेला. पोरींना आपण थकल्याचे नेमके कसे कळते, याचे त्यांना नेहमीसारखेच नवल वाटले. त्यांनी चहाचा एक घोट घेतला आणि मग सारे अंग सैल सोडून त्या समाधानाने भिंतीला टेकून बसल्या. रेणूने पितळी स्टँड लावून तो बाहेरच्या खोलीत आणून ठेवला होता आणि आता ती लाडाने आजीच्या मांडीवर डोके ठेवून पडली होती. दातारबाई तिच्या केसांवरून हात फिरवीत होत्या. दिव्याचा तो मंद पिवळा उजेड, भिंतीवर नाचणाऱ्या सावल्या, स्वयंपाकघरात चुलीवर ठेवलेल्या आंबट वरणाचा दरवळणारा, हवाहवासा वाटणारा वास आणि रेवाने घटकेपूर्वी लावलेल्या उदबत्तीचा त्यातच मिसळलेला हळवा गंध, दातारबाईंना अगदी गलबलून आले.

सारे इतके ओळखीचे, इतके सवयीचे, इतके घरगुती होते की, हे सारे जगाच्या अंतापर्यंत असेच राहील, यात कधी एका रेषेचा देखील बदल होणार नाही असा त्यांना आतून विश्वास वाटला; पण ह्या साऱ्या प्रसन्नतेवर एक काळीकुट्ट छाया पडली होती. ती छाया सुभाताईंच्या पत्राची होती.

रेणू आता कुशीवर वळली. आजीकडे तोंड करून, तिच्या मांडीवर अंग घुसळीत ती म्हणाली,

'आजी, रविवारची तू शाळेचे काम नको ना काढूस!'

'का ग?' दातारबाईंनी तिला विचारले.

'मग आमचं न्हाणं राहून जातंना तसंच!' रेणू लाडिक रुसव्यानं म्हणाली, 'एका रविवारची काय तर म्हणे तुमच्या मास्तरणीची ट्रिप होती. या रविवारी काय तर म्हणे फायनलच्या परीक्षेचं काम होतं- दोन्ही रविवारी सकाळीच लवकर उठून गेलीस तू–'

'अग पण त्यात काय बिघडलं?' दातारबाई कौतुकाने हसत म्हणाल्या, 'रेवा नव्हती तुला न्हाऊ घालायला?'

'काय आजी तू लाडावून ठेवले आहेस हिला?' रेवा मध्येच म्हणाली, 'माझ्या हातून न्हायला तयार असते का ती, विचार जरा. तिला अगदी तूच हवीस न्हाऊ घालायला. उद्या बयाबाई सासरी गेली तर, तिथंदेखील आजीच येईल न्हाऊ घालायला नाही?'

'जा! मला मुळी लग्नच करायचं नाही.' रेणू फणकाऱ्याने म्हणाली.

'लग्नाचं राहू देत,' दातारबाई रेणूला कुरवाळीत हसून म्हणाल्या, 'पण समज, उद्या आईकडेच जाऊन राहायची वेळ आली तर मग? तिथे मी कशी येणार तुला न्हाऊ घालायला?'

'पण आईकडे आम्ही जाणारच नाही मुळी' रेणू म्हणाली. 'आईच्या होस्टेलवर आम्हांला राहायला परवानगीच नसते. मला ठाऊक आहे.'

'अगं, पण आईनं होस्टेलची नोकरी सोडून घरचं करायचं ठरवलं तर?' दातारबाई मुलींच्या मनाचा अंदाज घेत होत्या.

'आई कसली घर करते आता?' इतका वेळ आजीचे बोलणे ऐकत विचार करीत राहिलेली रेवा मध्येच म्हणाली, 'तिला आता होस्टेलची इतकी सवय झाली आहे! आपल्याकडे चार दिवस सुटीला म्हणून आली तर स्वयंपाक करायचा कंटाळा येतो तिला आणि घर करायचं म्हटलं तर, रोजच स्वयंपाक करावा लागणार. छे छे! आई आता घर करील ही गोष्टच शक्य नाही!'

'आणि आईनं घर केलं तरी, आम्ही मुळी जाणारच नाही तिकडं!' रेणू म्हणाली. मग एकदम काही तरी नवी कल्पना सुचल्याप्रमाणे टाळी वाजवून ती

आजीला बोलली, 'नाहीतर आजी, असंच करू या ना! आईलाच आपण इकडं बोलावून घेऊ, अन् आपण सगळ्याजणी इथंच या घरात राहू या की!' दातारबाई आपल्या दोन्ही नातींकडे हताशपणे बघत राहिल्या. आपल्याला जे सांगायचे आहे, ते व्यवस्थितपणे आपल्या नातींना आपण सांगू शकत नाही हे त्यांना कळून चुकले. त्याबरोबरच त्या दोघींना आपल्या वडिलांची आठवण देखील होत नाही हेही त्यांच्या ध्यानात आले. बापाच्या आणि लेकींच्या मधला स्नेहाचा धागा कधीच तुटून गेला होता. आता इतक्या वर्षांनंतर तो धागा पुन्हा जोडला जाणे अशक्यच होते. सुभाताई कदाचित नवऱ्याबरोबर पुन्हा संसार थाटू शकल्या असत्या; पण मुली त्या घरात सामावल्या असत्याच असे नाही. सुभाताईंचे घर एकदा मोडले ते मोडले. आता ते आकाराला येणे अशक्यच होते.

खरे म्हणजे, दातारबाई सुभाताईचे पत्र मुलींना वाचून दाखवणार होत्या. त्यांना आपल्या आईवडिलांकडे परत जाण्याविषयी त्या सांगणार होत्या. इतक्या वर्षांनंतर आई, बाप आणि मुली एकत्र येण्यात, व त्यांचे स्वतंत्र घर तयार होण्यात केवढा आनंद, केवढे समाधान होते ते त्या मुलींच्या मनावर बिंबवणार होत्या; पण रेवा आणि रेणू यांच्याबरोबर झालेल्या संभाषणातून त्या साऱ्याची निरर्थकता त्यांची त्यांनाच इतकी पटली होती की, मुळीच काही सांगणे-समजावणे आता शक्यच नव्हते.

बाईंनी एक दीर्घ उसासा सोडला. त्यांना एकदम गळून गेल्यासारखे वाटले. काही तरी चुकते आहे असे त्यांना जाणवत होते. पण काय ते त्यांना नीटसे उमगेना. त्याबरोबर या प्रसंगी आपले कर्तव्य काय, तेही त्यांना समजेना.

रेवाने उठून पाने घेतली. रेणू रोजच्याप्रमाणे तूप–मीठ वाढायला धावली. मग त्या तिघीजणी जेवायला बसल्या. सकाळच्या स्वयंपाकासाठी गावातल्या एक बाई येत. रात्रीचा स्वयंपाक मात्र रेवा स्वत: करी. बारा वर्षांची पोर, पण घरकामात अगदी तरबेज झाली होती. आंबट वरण, भात, मऊसूत चपात्या, तव्यावर परतून केलेले कोरडे पिठले, ताजे ताक, कोशिंबीर, कसा सुंदर, रुचकर स्वयंपाक झाला होता. जेवता जेवता दातारबाईंच्या मनात आले, उद्या या मुली जर खरोखरच आपल्या आईवडिलांकडे गेल्या तर, असे जेवण कुठून आपल्याला जेवायला मिळणार! संध्याकाळी दमूनभागून घरी आल्यावर, एक तर आपल्याला चुलीची आराधना केली पाहिजे किंवा दुपारचे जे थंडगार जेवण उरले असेल, तेच चुलीवर पुन्हा गरम करून घेऊन पोटात घातले पाहिजे. छे, ही रेवा आणि रेणू पुन्हा आपल्या आईवडिलांकडे जाताच कामा नयेत. हा विचार मनात आला आणि दातारबाई चमकल्या. आपल्या स्वार्थीपणाची त्यांना लाज वाटली; पण त्याबरोबर त्यांचे मन जणू भांडायलाही उठले. इतकी वर्षे या दोघी नातींना मी सांभाळले. मी यांना जीव

लावला. लहानाचे मोठे केले. माझी त्यांच्यावर काहीच सत्ता नसावी? आई–वडिलांनी काय केले? दोघी मुलींना जन्म दिला. त्यांनी या मुलींवर आता का हक्क सांगावा?

मनातल्या कल्लोळापुढे बाईंना जेवण जाईना. चार घास कसेबसे पोटात ढकलून त्या उठल्या. रेवाने घर आवरले. झाकपाक केली. रेणूने बाहेरच्या खोलीत अंथरुणे घातली. मग आजीने लावलेल्या शिस्तीप्रमाणे त्यांनी हातपाय धुतले. देवाला नमस्कार केला 'आई–वडिलांना सुखी ठेव' असे यांत्रिकपणे म्हटले आणि दोघीजणी अंथरुणावर पडल्या. लवकरच त्यांना गाढ झोपा लागल्या.

मुली झोपल्या आहेत असे पाहून दातारबाई हलकेच उठल्या. दिवा मोठा करून त्यांनी सुभाताईचे पत्र काढले. त्या पत्राला उत्तर लिहिण्यासाठी त्या बसल्या; पण काय उत्तर लिहावे ते त्यांना समजेना. शाईत बुडवलेला टाक त्यांच्या हातात होता. समोर कोरा कागद होता. टाकावर शाई वाळत होती आणि दातारबाई कोपऱ्या– कोपऱ्यातला काळोख निरखीत शून्यपणे, कोरड्या डोळ्यांनी समोर बघत होत्या.

∎

**

१४. शकुन दिवस

**

बाहेरच्या खोलीतल्या भिंतीवरच्या आजोबाशाही घड्याळानं कर्र कर्र करीत बाराचे ठोके दिले, तेव्हा माई आतल्या स्वयंपाकाच्या खोलीतून उठून बाहेर आल्या. नाना बाहेरच्या खोलीतच बसलेले असतील अशी त्यांची कल्पना होती; पण नाना तिथे नव्हते. ते बहुधा खाली गेले असतील. वाडीच्या तोंडाशी असलेल्या प्रवेशद्वाराजवळ रेंगाळत असतील.

माई खिन्नपणे हसल्या. बाराचे ठोके दिल्यानंतर घड्याळ पुन्हा आज्ञाधारकपणे टिक टिक करू लागले होते. आताच बारा वाजून तीन मिनिटे झाली होती. माईंना आठवण झाली. तीस वर्षांपूर्वी नागपूरला नानांच्या कंपनीने 'संशयकल्लोळ' नाटकाचा प्रयोग केला होता. त्यात नानांनी आश्विनशेठचे काम अप्रतिम केले होते. त्यांच्या त्या भूमिकेवर खूष होऊन नागपूरच्या दानशूर व रसिक बाबूरावजी देशमुखांनी नानांना अन् आपल्याला घरी जेवायला बोलावले, नानांना उत्तम पोषाख, जरीचा रुमाल दिला होता. आपल्याला भारीतले खण-लुगडे दिले होते आणि त्या काळी फक्त धनिकांच्याच घरात बघायला मिळणारे, भिंतीवर लावायचे हे मूल्यवान घड्याळ भेट म्हणून दिले होते. तो पोषाख, तो जरीचा रुमाल, ती लुगडेचोळी मधल्या काळात वापरून, विरून, फाटून गेली होती. हे घड्याळ मात्र इतकी वर्षे इमानेइतबारे काळाची नोंद करीत भिंतीवर सतत टिकटिकत होते. माईना गंमत वाटली. इतक्या वर्षांत हे घड्याळ कधी एकदाही बिघडले नाही. बंद पडले नाही, की ते घड्याळजीकडे नेण्याची गरज निर्माण झाली नाही. मुले मोठी झाल्यावर या जुनाट घड्याळाची चेष्टा करू लागली. विनायकने पहिल्या पगारातून नानांना भारी रिस्टवॉच आणून दिले; पण भिंतीवरचे हे घड्याळ मात्र आपण तसेच ठेवले. पुढे विद्याचे लग्न झाले. ती सासरी कऱ्हाडला सुखाने नांदू लागली. विनायक बायकापोरे

घेऊन नोकरीच्या निमित्ताने ब्ऱ्हाणपूरला जाऊन राहिला आहे. म्हातारपणी मुलगा, सून, लेक, नातवंडे कुणीच जवळ नाही. संसाराच्या सुरुवातीला आपण दोघे होतो. आता म्हातारपणी पुन्हा आपण दोघे नवरा–बायकोच घरात आहोत. या घड्याळाने मात्र सतत न कंटाळता आपल्याला सोबत केली. त्याची टिक्‌टिक्, त्याचे दर अर्ध्या तासाने पडणारे ठोके. सारे कसे आपल्या अंगवळणी पडले आहे. घड्याळ कसले, घरातले एक जिवंत माणूसच म्हणायचे ते.

माईंनी घड्याळाकडे प्रेमाने दृष्टिक्षेप केला. मग त्यांची नजर साऱ्या भिंतीवरून फिरली. नानांनी आपल्या उत्कृष्ट अभिनयाने सतत पन्नास वर्षे मराठी रंगभूमी गाजवली. त्यांच्या देदीप्यमान कारकीर्दीच्या अनेक खुणा, अनेक स्मारके या भिंतीवर होती. कोपऱ्यातल्या टेबलावर होती. समोरच्या काचेच्या कपाटात होती. नाटकातल्या वेगवेगळ्या भूमिकांतले नानांचे फोटो भिंतीवर लावले होते. ऐन तारुण्यातले त्यांचे राजबिंडे रूप, उंच कपाळ, भेदक पाणीदार डोळे आणि विलक्षण प्रभावी व्यक्तिमत्त्व त्या फोटोतूनही जिवंतपणे जाणवत होते. एका फोटोत नाना राष्ट्रपतींच्या हातातून नाट्य–अकादमीचे पारितोषिक घेताना दिसत होते. डोक्याला फरकॅप घातलेला हा त्यांच्या ऐन उमेदीतला देखणा फोटो. त्यातले ओठांवरचे ते विलासी हास्य आणि डोळ्यांतली ती बेदरकार छटा, एके काळी नाटकांच्या षौकिन मंडळींच्या घरी भिंतीभिंतीवर हा फोटो लटकत असायचा आणि नाना पन्नास वर्षांचे झाले त्यावेळचा हा त्यांच्या सत्काराचा फोटो. फोटोत आपण त्यांच्या शेजारच्या खुर्चीवर बसलो आहोत आणि अवतीभवती आहेत नानांच्या कंपनीतली माणसे. कंपनी कसली? आपले ते एक घरच होते. आपले सासर, माहेर, आप्त-नातेवाईक सारे काही कंपनीतच एकवटले होते. फार लोभ केला त्या माणसांनी आपल्यावर. त्यांनीच कशाला? मराठी रसिकांनीही नानांना भरभरून प्रेम दिले. त्यांच्या असाधारण अभिनयनैपुण्याबद्दल कृतज्ञता प्रकट केली. नानांचे ठिकठिकाणी झालेले सत्कार, त्यांना मिळालेल्या खाजगी भेटी आणि जाहीर पारितोषिके, सामान्य रसिकांनी आपण होऊन घरी आणून दिलेली प्रेमाची उपायने- सारे सारे माईंना आठवले. त्या आठवणींनी आताही त्यांच्या डोळ्यांत पाणी आले.

माईनी पदराने डोळे पुसले. डोळे पुसतापुसताच त्यांना आणखी एक आठवण झाली आणि डोळे भरत असताना त्यांना हसू फुटले. नानांच्या कंपनीचा मुक्काम जळगावला की, भुसावळला होता तेव्हाची गोष्ट. गावातल्या सावकाराची ती तरुण, देखणी बायको. नवरा दम्याने अंथरुणाला खिळलेला. ती नानांच्या दर नाटकाला यायची. एकदा ती घरी भेटीलाही येऊन गेली. नानांकडे बघणारे तिचे भुकेले अतृप्त डोळे; पण नानांनी तिच्या आवाहनाला प्रतिसाद दिला नव्हता. तशा नानांच्या पस्तीस-चाळीस वर्षांच्या कारकीर्दीत किती स्त्रिया त्यांच्या राजबिंड्या रूपावर

भाळल्या होत्या. कुणी प्रत्यक्ष, कुणी अप्रत्यक्ष, कुणी आडून- आपले मन प्रकट केले होते; करण्याचा प्रयत्न केला होता. पण नाना कुणावर भाळले नव्हते. कुणाच्या नादी लागले नव्हते. तसा आपला संसार सुखाचा झाला. उभ्या आयुष्यात नानांनी फक्त दोघींवर प्रेम केले. एक त्यांची अभिनयकला व दुसऱ्या आपण. माईंचे मन अभिमानाने भरून आले. एका नटाची, एका कंपनीच्या मालकाची बायको आपण. तरी कधी पस्ताव्याची पाळी आली नाही. कधी दुःखाचा निःश्वास सोडावा लागला नाही. खरेच, आपले भाग्य मोठे.

घड्याळात एकचा ठोका पडला.

माईंनी बाहेरच्या गॅलरीत येऊन डोकावून पाहिले. नाना जिना चढून वर येत होते. या उतारवयातही नानांच्या देहावर,चेहऱ्यावर तारुण्यातल्या रूपाच्या खुणा दिसत होत्या. नाना आत आले. डोक्यावरून एकवार हात फिरवून त्यांनी माईंना म्हटले,

'कुणी आलं नाही?'

'आपण खालीच होता ना? वाडीच्या दाराशी? कुणी आलं तर, प्रथम आपल्यालाच दिसायचं ते.' माई हसून म्हणाल्या.

'तेही खरेच म्हणा.' नाना किंचित ओशाळलेल्या स्वरात बोलले. मग ते कोपऱ्यातल्या आरामखुर्चीवर अंग पसरून बसले. डोळे अर्धवट मिटून विचारात निमग्न झाले.

माईंना एकाएकी नानांची दया आली. नानांचा अडुसष्ठावा वाढदिवस होता. माईना आठवले, लग्न झाले तेव्हा नाना उमेदीच्या भरात होते. लोकप्रियतेच्या शिखरावर होते. पैसा कंपनीत धोधो वाहात होता. तेव्हाचे नानांचे वाढदिवस थाटात साजरे व्हायचे. सकाळपासून तो रात्रीपर्यंत चाहत्यांची नुसती रीघ लागायची. इतर नट, गावातले प्रतिष्ठित लोक, नाटककार यांच्याकडून पत्रे, तारा यायच्या. घरात दिवसभर पेढ्यांचे पुडेच्या पुडे वाटले जायचे. बघावे तिकडे हार-गुच्छांचे ढीग लागलेले असायचे. फुलांचा दरवळ सुटलेला असायचा. त्या सुवासाने बहरलेल्या रात्री. तेव्हा फक्त आपण नानांना ओवाळत असू. एकांतात शयनगृहात आणि नंतरची रात्ररात्र चालणारी हितगुजे. तेव्हा आपल्याला नानांचा केवढा अभिमान वाटायचा. आपल्या भाग्याला आपलीच तर दृष्ट लागणार नाही ना, या शंकेने मन कातर व्हायचे.

असे किती वाढदिवस आले आणि गेले. नानांचे वय वाढत चालले. लोकप्रियता ओसरत चालली. पुढे कंपनीही बंद केली. करावी लागली. आता चित्रपटाचा जमाना आला होता. लोकांची अभिरुची बदलत चालली होती. नाना समंजसपणे व्यवसायातून निवृत्त झाले. जन्मभर निर्व्यसनी राहिल्यामुळे, पैसा व्यवस्थित सांभाळल्यामुळे

आपले कधी हाल झाले नाहीत. कधी मुलांवर देखील अवलंबून राहावे लागले नाही. पण नाना उदास असायचे. त्यांच्यातला कलावंत गुदमरत होता. पुढे नाना इतरांच्या कंपन्यांतून काम करू लागले. तेही गरज म्हणून नव्हे. लोक मानाने बोलावून न्यायचे. भरघोस बिदागी द्यायचे. उमेदवार नट पायाला हात लावून नमस्कार करायचे. तेव्हाही नानांच्या वाढदिवशी चाहत्यांची रीघ घरी लागायची. पूर्वीसारखा भपका नसे. वैभवाचे प्रदर्शन नसे; पण भक्तिभाव, जिव्हाळा कधी ओसरला नाही.

नंतर पुन्हा एकदा काळ बदलला. नाटकांना पुन्हा चांगले दिवस आले. नवे नाटककार. नव्या समस्या. फिरता आणि सरकता रंगमंच. तांत्रिक प्रगती. पुन्हा नाटके लोकप्रिय होऊ लागली. तुफान गर्दी खेचू लागली. ही नवी नाटके नानांना कळत नसत... पण नव्या लोकांची जिद्द, त्यांचा उत्साह, त्यांची हौस नानाना समजे. नव्या तरुण मुलांचा घोळका नानांभोवती पुन्हा जमू लागला. कुणी म्हणे, 'नाना, माझ्या नाटकात एक अशी भूमिका आहे की, ती तुम्हीच फक्त करू शकाल.' कुणी म्हणे, 'नाना, मुहूर्त तुमच्या हस्ते करतो आहोत. तुमचे आशीर्वाद हवे आहेत आम्हांला.' एखादी तरुण मुलगी येई. म्हणे, 'नाना, ही भूमिका अवघड आहे. तिच्यातले बारकावे मला कळत नाहीत, तुम्ही मला जरा समजावून सांगा.' आणि नाना खूष व्हायचे. हसायचे. सर्व तरुण मंडळीत मिसळायचे. त्यांना प्रोत्साहन द्यायचे. शिकवायचे. त्यांची नाटके बघायला हौसेने जायचे.

त्या काळातले वाढदिवस माईंना आठवले. आता माणसे मोजकी येत; पण येत. कुणी गुच्छ. कुणी हार आणीत, कुणी पेढे. आणि मग नाना त्यांतल्या चार-दोन लोकांना तरी ऐन वेळी जेवायला ठेवून घेत. माईंना मुळी त्यांनी सूचनाच देऊन ठेवलेली असे-

'चार-सहा पानं अधिकातलीच धरा बरं का. ऐन वेळी कुणाला मी जेवायला थांबवून घेतलं तर तुमची अडचण व्हायला नको.'

आणि माईही अभिमानाने हसून म्हणत, 'घ्या ना ठेवून किती हव्या तेवढ्या मंडळींना. मी स्वयंपाक करणारी खंबीर आहे. कुणाची अडचण व्हायची नाही अगदी इथं.'

माईनी नानांकडे बघितले. नाना अधीरपणे जागच्या जागी चुळबुळत होते. वाढदिवसाचे अभिनंदन करण्यासाठी येणाऱ्या मंडळींची ते वाट बघत होते. इतका वेळ ते वाडीच्या दाराशी रेंगाळत राहिले होते आणि आताही ते अगदी उत्सुकतेने दाराशी कुणाचा पायरव तर येत नाही ना, याची चाहूल घेत होते.

माईंना गेले चार-पाच वाढदिवस आठवले. लोकांची संख्या दरवर्षी घटत चालली होती. नानांचे गेल्या चाळीस वर्षांचे स्नेही, नाटककार- जांभेकर - म्हातारा

दरवर्षी आठवण ठेवून वाढदिवसाला यायचा. पण दोन वर्षांपूर्वी जांभेकर गेले. नानांना तो वाढदिवस गोड लागला नाही, दिवसातून दहा वेळा त्यांनी जांभेकरांची आठवण काढली.

जांभेकर गेले. अशीच गळती लागली. तो नवा नाटककार, सुरुवातीला सतत नानांकडे यायचा. नाटकाबद्दल त्यांच्याशी चर्चा करायचा. प्रत्येक नव्या नाटकाला नानांचा आशीर्वाद घेऊन जायचा. त्याने कधी नानांचा वाढदिवस चुकवला नाही; पण पुढे त्याला अपरंपार यश मिळाले. नाटकाचे प्रयोग शेकड्यांनी होऊ लागले. अकादमीचे पारितोषिक मिळाले आणि मिळालेले यश त्याच्या मस्तकात शिरले. पुढे तो घरी येईनासा झाला. वाढदिवसाची त्याला आठवण राहिनाशी झाली आणि मध्यंतरी तर कुठल्या एका नाट्यसंमेलनाच्या अध्यक्षपदावरून जुन्या जमानातल्या नाटककारांची आणि नटांची त्याने चक्क टर उडवली. वर्तमानपत्रात आलेला त्याच्या भाषणाचा अहवाल नानांनी वाचला होता आणि ते विषण्णपणे हसले होते. टीकेचे त्यांना इतके वाटले नाही. मात्र आपल्या मुलासारख्या असणाऱ्या एका तरुण नाटककाराने आपली अशी कुचेष्टा करावी याचे नानांना फार वाईट वाटले होते.

मग वाढदिवसाला येणाऱ्या लोकांची संख्या अशीच घटत गेली होती. नव्या नटनट्यांतल्या काहींचा नानांशी परिचयच नव्हता. काहींना नानांचे अगत्य नव्हते. कुणी त्यांचे चाहते कधी गोव्याच्या, तर कधी विदर्भाच्या, कधी कोकणातल्या, तर कधी मराठवाड्याच्या दौऱ्यावर गेलेले असत. नवे नाटककार उदयाला येत होते. नवे कलावंत नाट्य आणि चित्रपट दोन्ही क्षेत्रे सारख्याच सामर्थ्याने गाजवीत होते. नवी दैवते निर्माण झाली होती. रसिकांचा, चाहत्यांचा, समीक्षकांचा, वर्तमानपत्रवाल्यांचा लोंढा आता त्या दिशेने वळला होता. नानांची आठवण लोक विसरत चालले होते.

माईना गेल्या वर्षीचा वाढदिवस आठवला. नानांना आवडते म्हणून त्या दिवशी आपण रात्रभर जागून बासुंदी आटवली होती. दुसऱ्या दिवशी पंधरा माणसांचा स्वयंपाक तयार ठेवला होता, आणि वाढदिवसाला आली होती माणसे फक्त चार की पाच. त्यांतला एक नानांच्यावर वेळी–अवेळी कुत्सितपणे लिहिणारा कद्रु मनाचा समीक्षक होता. दुसरा एक कुणी खेड्यातला नाटककार होता. दोन–तीन तरुण मुले होती ती नानांच्या ओळखीने एखाद्या कंपनीत काम मिळाले तर बघावे अशा हेतूने आली होती. त्यात खरा जिव्हाळ्याचा रसिक किंवा चाहता एकही नव्हता. नानांनाही ते माहीत नव्हते असे नाही. तरीही आठवण ठेवून चार माणसे आली यानेच ते सुखावले होते आणि आपणही मोठ्या आग्रहाने साऱ्यांना जेवायला ठेवून घेतले होते. पंधरा माणसांचा स्वयंपाक पाच-सहा माणसांना आग्रह करून करून खाऊ घातला होता.

घड्याळात दीडचा ठोका पडला.

माईनी नानांकडे नजर टाकली. नाना डोळे मिटून पडले होते. एक हात कपाळावर आडवा धरला होता. मस्तकावरचे विरळ केस पंख्याच्या वाऱ्याने भुरभुरत होते. माईंनी नानांकडे टक लावून पाहिले. त्यांच्या मनात आले, 'नानांच्या मिटल्या डोळ्यांसमोरून कोणती चित्रे फिरत असतील? रंगभूमीवरच्या स्वत:च्या गाजलेल्या भूमिका त्यांना दिसत असतील का? प्रेक्षकांची तुफान गर्दी, टाळ्यांचा कडकडाट, गळ्यात पडणारे भरघोस हार, मानपत्रे, गौरवचिन्हे, वाढदिवसाचे पेढे आणि फुलांचे गुच्छ, जिकडे जावे तिकडे चाहत्यांची भोवती होणारी गर्दी, लोकांचे कौतुकाचे, हेव्याचे, आदराचे कटाक्ष, नानांना यातले नेमके काय आठवत असेल बरे?'

नानांनी हलकेच डोळे उघडले. आज कुणीसुद्धा वाढदिवस ध्यानात ठेवला नव्हता. आज एकही चाहता घराकडे फिरकला नव्हता. पेढ्याचा एकही पुडा, एकही पुष्पगुच्छ कुणी आणला नव्हता. विद्या आणि विनायक दोघांनी स्मरणपूर्वक पाठवलेल्या अभिनंदनाच्या तारा आणि माईनी दाराला लावलेले तोरण- वाढदिवसाच्या या दोनच खुणा घरात दिसत होत्या.

माईंना नानांबरोबर झालेले सकाळचे संभाषण आठवले. दर वाढदिवशी व्हायचा तो संवाद नवरा-बायकोत आजही झाला होता. माईंनी नानांना विचारले होते,

'आज काय करायचं जेवायला?'

'आज काय विशेष आहे बुवा?' नानांनी भोळेपणाने विचारले होते.

मग माईंनी रुसव्याने म्हटले होते, 'काय असायचं आहे? आपला वाढदिवस हो. जसं काही ध्यानात नसेल. उगाच आपलं माझ्याकडून वदवून घ्यायचं.'

माईंना हसू आले होते. दर वाढदिवशी त्या उभयतांत हा विनोद हटकून व्हायचा आणि दर खेपेला जणू तो विनोद प्रथमच करीत आहोत, अशा आविर्भावाने नाना बोलायचे. वर्षानुवर्षे होणारे ते संभाषण, पण ते नव्याने होत आहे, असा आनंद दोघांनाही व्हायचा.

आजही नानांनी तो विनोद केला होता. पण मग नंतर ते म्हणाले होते,

'करा काहीही. खरं म्हणजे आता हे वाढदिवस बंदच करायला हवे आहेत. मुलं नसतात. कुणी माणसंही फारशी येत नाहीत. कशाला करायचा आटापिटा?'

नानांच्या बोलण्यातली सत्यता माईंना पटली होती; तरी देखील त्या चट्कन म्हणाल्या होत्या,

'वा वा! असं कसं? शकुनाचा दिवस तसा सुना कसा घालवायचा? शिवाय नाही म्हटलं तरी माणसं येणार. दोन नव्हे, चार माणसं जेवायला थांबणार. सारं साग्रसंगीत व्हायलाच हवं. मी चक्का लावून ठेवलाय. आज श्रीखंडाचा बेत आहे

म्हटलं!'

आणि माईनी पहाटे उठून स्वत: सारा स्वयंपाक केला होता. मसाले भात, पुऱ्या, बटाट्याची भाजी, दोन चटण्या. कोशिंबिरी आणि केशर–जायफळाचा स्वाद लावलेले सुरेख घरगुती श्रीखंड. त्यांचा स्वयंपाक अकरालाच आटोपला होता. तेव्हापासून नाना आतबाहेर येरझारा घालीत होते. चाहत्यांची वाट बघत होते. कुणी आले तर प्रथम आपल्याला कळावे म्हणून ते तास–दीडतास वाडीच्या दाराशी देखील आशाळभूतपणे रेंगाळत राहिले होते.

आज कुणीही आले नव्हते.

आज नानांचा अडुसष्ठावा वाढदिवस होता; पण नट किंवा नाटककार, वर्तमानपत्रवाले किंवी समीक्षक,रसिक चाहते किंवी इष्टमित्र कुणाच्याही लक्षात तो दिवस राहिला नव्हता.

आज कुणीच आले नव्हते.

माईंचा घसा दाटून आला. त्यांना वाटले, आज कुणीतरी यावे. अगदी एक माणूस आला तरी चालेल. पण कुणीतरी यावे. एकाला तरी नानांची आठवण व्हावी.

घड्याळात दोनचे ठोके पडले.

नाना दचकले. त्यांनी घड्याळाकडे पाहिले. काहीशा अविश्वासाने ते म्हणाले,

'दोन वाजले?'

'मग काय?' माई म्हणाल्या, 'उशीर किती झालाय, आपल्याला कल्पना आहे का? उठावं आता जेवायला. मी पान वाढते.'

नाना अनिच्छेने उठले. उठताना त्यांच्या गुडघ्याची हाडे कडकड वाजली. वेदनेने चेहरा पिळवटला.

'शिंचे हे पाय हल्ली भारीच दुखतात.' स्वत:शीच बोलावे तसे ते बोलले. पण त्यांची नेमकी व्यथा काय होती ती माईंना उमगली होती. त्या काहीच बोलल्या नाहीत.

त्यांनी स्वयंपाकघरात जाऊन नानांचे पान वाढले. नाना आत आले आणि टेबलावरचे एकच पान त्यांनी पाहिले, तेव्हा ते माईंना म्हणाले,

'हे काय? तू मागाहून बसणार? छे छे! ते नाही चालायचं. तूही माझ्याबरोबरच बसायला हवं. आज अंगत-पंगत करू. चल, घे तुझं पान वाढून.'

'अंगत-पंगत करू म्हणे,' माईना हसू आले, 'आणि घास नाही का द्यायचा एकमेकांना?'

'तोही देऊ या की,' नाना म्हणाले, 'तुम्हाला चालत असेल तर, आमची ना नाही. नाही तरी आता आपण या वयात नाही एकमेकांचं कोडकौतुक करायचं, तर

दुसरं कोण करणार? हं. चला. घ्या पान वाढून.'

आणि माईंनी आपलेही पान वाढून घेतले. नवरा–बायको समोरासमोर बसून जेवू लागली.

नानांनी पानाभोवती पाणी फिरवले. वरणभात कालवून दोन घास घेतले. श्रीखंडाचे बोट चाटले आणि मग अकस्मात ते जेवायचे थांबले. घासच घेईनात. माईंनी बावरून प्रश्न केला,

'का? काय झालं? श्रीखंड जमलं नाही?'

'स्वयंपाक छान झालाय ग,' नाना म्हणाले, 'पण सहज एक कल्पना मनात आली. आज माझा वाढदिवस आहे. त्या ऐवजी समज, मी जर मेलो असतो-'

माईंचा हात थांबला. त्या एकदम म्हणाल्या, 'हे काय हे, आज चांगल्या दिवशी अभद्र बोलायचं!'

'अग, सहज म्हणतो आहे मी.' नाना म्हणाले, 'समज, मी मेलो असतो, तर आज माणसं आली असती की नाही? चार नाटककार, चार नट, चार चाहाते नक्की जमले असते. वर्तमानपत्रवाले आले असते. हार-गुच्छ आले असते-'

माईंच्या डोळ्यांतून घळाघळा पाणी वाहू लागले. त्या काकुळतीने म्हणाल्या, 'पुरे ना हे बोलणं. मला ऐकवत नाही-'

'अग, माझ्या म्हणण्याचा अर्थ नाही कळला तुला,' नाना म्हणाले, 'मला असं म्हणायचं आहे की, वाढदिवस लोकांनी ध्यानात ठेवावा एवढा मोठा कुणी मी आज राहिलो नसेन; पण मरणानंतर गर्दी जमावी एवढा मोठा मी खासच आहे. मराठी रंगभूमीच्या विकासात आमचा महत्त्वाचा वाटा आहे म्हटलं. मी मेलो असतो, तर हे लोकांना आज कळलं असतं. तुलाही उमगलं असतं-' नाना मोठ्यांदा हसले आणि मग ते मोठ्याने हसतच राहिले.

माईंनी पुढ्यातले ताट बाजूला सारले आणि त्या काळीज पिळवटून, हुंदका देऊन रडू लागल्या.

■

मनुष्य स्वभावांचे विविध कंगोरे दाखविणारी दर्जेदार कथा

पावसाआधीचा पाऊस

- शान्ता ज. शेळके

माणसाच्या मनात खोलवर पाहण्याचा सहजपणा शान्ताबाईंच्या लेखनात नेहमीच दिसून येतो.
'निसर्गाकडे परत' आयुष्याकडे बघण्याचा एक वेगळाच दृष्टीकोन दाखवतो.
वागण्या-बोलण्यात नक्की खरं-खोटं काय हे कधी कधी समजणं कठीण असतं, असं 'भूलभुलय्या' सांगून जातो. समाजात वावरताना आपल्या स्वभावाचे, व्यक्तिमत्त्वाचे काटे आपण किती सहज खुडून टाकतो ते 'गुलाब, काटे, कळ्या' मधून जाणवत राहतं.
अति काम करणं ही एक समस्या होते आहे ते 'वर्कोहोलिक' तीव्रतेनं दाखवून देतो. स्वातंत्र्यदेखील कधीतरी नकोसं वाटतं असं 'मनातला किल्ला' दाखवतो. छोट्याशा प्रसंगातून लहानपणीच अपयशांना, सत्याला कसं सामोरं जायचं याची 'ओळख' होते. मानवी स्वभावाचे असे विविध पैलू दाखवतानाच 'चोरबाजार'मधून लेखिका आपल्याला वास्तवाकडे नेते.
सामान्य माणसाची नस न् नस पकडत हा 'पावसाआधीचा पाऊस' चिंब आनंदानुभव देतो.

www.ingramcontent.com/pod-product-compliance
Lightning Source LLC
LaVergne TN
LVHW020003230825
819400LV00033B/975
* 9 7 8 8 1 7 1 6 1 7 5 2 4 *